നീതിയുടെ പ്രതിസ്പന്ദം

ഇന്ത്യൻ നീതിന്യായവ്യവസ്ഥയെക്കുറിച്ചുള്ള
ചിന്തകൾ

Neethiyude Prathispandham
Indian Neethinyaya vyavasthayekurichulla chinthakal
Law

Babuprakash V K

CHINTHA PUBLISHERS
Thiruvananthapuram

First Edition
January 2023

Published & Typesetting
Chintha Publishers, Thiruvananthapuram

Cover Design
Vinod Mangoes

ISBN : 978-93-94753-64-8

CO - 3229 / 6280

₹ 160

Email: chinthapublishers@gmail.com
Website: www.chinthapublishers.com

A version is available at National Libraries
Kolkata, Mumbai, Chennai and Delhi

Distribution
DESHABHIMANI BOOKHOUSE
H O Thiruvananthapuram 695035

Branch
Head Office Kunnukuzhi • Statue Thiruvananthapuram
KSRTC Bus Terminal Thampanoor • Saphalyam Complex Thiruvananthapuram
KSRTC Bus Station Alappuzha • KSRTC Bus Station Ernakulam
Machingal Lane Thrissur • IG Road Kozhikode
Mavoor Road Kozhikode • NGO Union Building Kannur
Central Bus Terminal Complex Thavakkara Kannur

നീതിയുടെ പ്രതിസ്പന്ദം

ഇന്ത്യൻ നീതിന്യായവ്യവസ്ഥയെക്കുറിച്ചുള്ള ചിന്തകൾ

ബാബുപ്രകാശ് വി കെ

ചിന്ത പബ്ലിഷേഴ്സ്
തിരുവനന്തപുരം-695 035
വില : ₹ 160

ബാബുപ്രകാശ് വി കെ

ആലപ്പുഴയിൽ മാരാരിക്കുളത്തിനു സമീപം വളവനാട് സ്വദേശി. മുൻസിഫ് മജിസ്ട്രേട്ടായി 1992 ൽ ജോലിയിൽ പ്രവേശിച്ച് ജില്ലാ ജഡ്ജിയായി, കേരള നിയമസഭ സെക്രട്ടറിയായി 2019 ൽ പെൻഷനായി. ഇപ്പോൾ കേരള സർക്കാരിന്റെ റിയൽ എസ്റ്റേറ്റ് അപ്പലേറ്റ് ട്രൈബ്യൂണൽ ജുഡീഷ്യൽ അംഗമായി എറണാകുളത്ത് പ്രവർത്തിക്കുന്നു. പിതാവ് എം എൻ കുറുപ്പ് *ദേശാഭിമാനി* പത്രത്തിന്റെ സ്ഥാപക പത്രാധിപരും, പിന്നീട് *ദേശാഭിമാനി* ആഴ്ചപ്പതിപ്പിന്റെ പത്രാധിപരും, സാഹിത്യകാരനും, പുരോഗമന കലാ സാഹിത്യ സംഘം സംസ്ഥാന ജനറൽ സെക്രട്ടറിയും, കേരള സംഗീത നാടക അക്കാദമി സെക്രട്ടറിയുമായിരുന്നു. മാതാവ് കെ പൊന്നമ്മ ഗൃഹനാഥയായിരുന്നു. രണ്ടുപേരും മരണപ്പെട്ടു. ഭാര്യ സീത ആലപ്പുഴ കല്ലേലി കുടുംബാംഗം. ഗൃഹനാഥയാണ്. ഏക മകൻ യദുകൃഷ്ണൻ എറണാകുളത്ത് മുൻസിഫ് മജിസ്ട്രേട്ടാണ്. മരുമകൾ അമൃത അരവിന്ദ് അഭിഭാഷകയും.

വിലാസം : കല്ലേലി പുത്തൻ വീട്,
മന്നത്ത് വാർഡ്,
അവലൂക്കുന്ന്. പി.ഒ,
ആലപ്പുഴ - 688006.

ഫോൺ : 9447380972, 7012697739.

ഉള്ളടക്കം

പ്രസാധകക്കുറിപ്പ്

ഒരു രാഷ്ട്രമെന്ന നിലയിൽ ഇന്ത്യയെ നിലനിർത്തുന്ന ആശയങ്ങളും സങ്കൽപ്പങ്ങളുംതന്നെ ചോദ്യം ചെയ്യപ്പെടുന്ന കാലത്ത് നമ്മുടെ നീതി ന്യായവ്യവസ്ഥയും ഭരണഘടനയും സംബന്ധിച്ച് ആഴമേറിയ പഠന ങ്ങളും ചർച്ചകളും ഏറെ ആവശ്യമാണ്. നിയമപണ്ഡിതനായ ബാബു പ്രകാശ് നിയമസംബന്ധിയായ പല വിഷയങ്ങളെ മുൻനിർത്തി എഴുതിയ ലേഖനങ്ങൾ പുസ്തകരൂപത്തിൽ സമാഹരിച്ച് പ്രസിദ്ധീകരിക്കുന്നത് ഈ പശ്ചാത്തലത്തിലാണ്. ദീർഘമായ ജനാധിപത്യ പാരമ്പര്യമുള്ള രാജ്യമായിട്ടും ഇന്ത്യൻ ഭരണകൂടത്തിന്റെ പല നടപടികളും കോടതി യിടപെട്ട് റദ്ദാക്കുന്നത് ഒരുകാലത്ത് പതിവായിരുന്നു. ഇന്ദിരാഗാന്ധി ഏറ്റവും പ്രതാപശാലിയായി രാജ്യം ഭരിച്ചിരുന്ന വേളയിൽ പോലും കോടതി നടത്തിയ ഇടപെടലുകൾ ഓർക്കുക. ഇന്ന് മൗലികമായ ഭരണ ഘടനാ മൂല്യങ്ങൾപോലും ചവുട്ടിമെതിക്കുന്ന കേന്ദ്ര ഭരണകൂടം കോടതി യെയും നിയമവ്യവസ്ഥയെയും തന്നെ തങ്ങളുടെ വാലാക്കി മാറ്റുവാൻ എല്ലാ ശ്രമങ്ങളും നടത്തുകയാണ്. ഇത്തരമൊരു സാഹചര്യത്തിൽ നിയമമണ്ഡലത്തെക്കുറിച്ചുള്ള ആലോചനകൾക്ക് കാലികമായി വലിയ പ്രസക്തിയുണ്ട്. കേരള നിയമസഭാ സെക്രട്ടറിയും മജിസ്ട്രേറ്റുമായിരുന്ന ബാബുപ്രകാശിന്റെ നിരീക്ഷണങ്ങൾ ഏറെ പ്രാധാന്യം കൈവരി ക്കുന്നത് ഈ പശ്ചാത്തലത്തിലാണ്.

ചിന്ത പബ്ലിഷേഴ്സ്

ആമുഖം

എഴുതുക എന്നത് കഠിനമായ സപര്യയാണ്, ആദ്യമായി വിഷയം തെരഞ്ഞെടുക്കുക എന്നതാണ് പ്രയാസകരം. പിന്നീട് അതിലേക്ക് പ്രവേശിച്ച് അതിനെ ഉചിതമായ വാചക ഘടനകളിലൂടെ എഴുതി പരുവപ്പെടുത്തുക അടുത്തത്. ശിലയിൽ പതിഞ്ഞിരിക്കുന്ന ശിൽപ്പത്തെ പുറത്തെടുക്കുകയാണ് ശിൽപ്പി ചെയ്യുന്നത്. അതുപോലെ വാക്കുകളാൽ ആവാഹിക്കപ്പെട്ടിരിക്കുന്ന ആശയത്തെ വാക്ശില്പമായി പരുവപ്പെടുത്തുക ക്ലേശകരം തന്നെ. പതഞ്ജലി 'മഹാഭാഷ്യ'ത്തിൽ പറയുന്നത്, "അക്ഷരം നാശരഹിതവും, ഗതിയുക്തവും, വർണ്ണമെന്നറിയപ്പെടുന്നതും, അക്ഷരത്തെ മനുഷ്യൻ പ്രയത്നിച്ച് സ്വായത്തമാക്കുകയും ചെയ്യണം. വർണ്ണജ്ഞാനം വാണിജ്ഞാനമാണ്. ഏതൊന്നിലാണോ ശബ്ദബ്രഹ്മവും പരബ്രഹ്മവും സ്ഥിതിചെയ്യുന്നത് അതിന്റെ സിദ്ധിക്കായും പ്രാപ്തിക്കായും പരിശ്രമിക്കണം." എഴുതിയത് ആരെങ്കിലും വായിക്കുക എന്നതാണ് വലിയ കടമ്പ. ഗഹനമായ വായന അതും നിന്നുകൊണ്ടിരിക്കുന്ന കാലമാണ്. സ്മാർട്ട്ഫോൺ, കംപ്യൂട്ടർ, ഇന്റർനെറ്റ്, ബ്ലോഗുകൾ, യുട്യൂബ് ചാനലുകൾ, ടെലിവിഷൻ സീരിയലുകൾ, റിയാലിറ്റി ഷോകൾ എന്നിങ്ങനെ മനുഷ്യന് വിനോദ ഉപാധികൾ അനവധി ഉണ്ടെന്നിരിക്കെ വായനയ്ക്കായി വളരെ കുറച്ചുപേർ സമയം വിനിയോഗിക്കുന്നു.

ചെറിയ പ്രായം മുതൽ എഴുതുന്നു. അച്ഛൻ എം എൻ കുറുപ്പ് പത്രാധിപരും, എഴുത്തുകാരനുമായതിനാൽ ധാരാളം വിശിഷ്ട വ്യക്തികളെ കാണാനും, പരിചയപ്പെടാനും കഴിഞ്ഞിട്ടുണ്ട്. ധാരാളം നല്ല ഗ്രന്ഥങ്ങൾ വായിക്കാനും ഇടയായിട്ടുണ്ട്. ന്യായാധിപനായശേഷം 1993 മുതൽ *കേരള ലോ ടൈംസ്* എന്ന നിയമ മാസികയിൽ സ്ഥിരമായി ഇംഗ്ലീഷിൽ നിയമ

ലേഖനങ്ങൾ എഴുതിയിരുന്നു. എന്നാൽ മലയാളത്തിൽ എഴുതുമ്പോൾ കിട്ടുന്ന സംതൃപ്തി വേറെ തന്നെ. ഇരുപത്തിയേഴ് വർഷം ന്യായാധിപനായിരുന്നു. അതിൽ മൂന്നു കൊല്ലം കേരള നിയമസഭ സെക്രട്ടറിയായിരുന്നു. ആ കാലയളവിലും ന്യായാധിപനായ കാലത്തും എഴുതി *കലാകൗമുദി, കേരളകൗമുദി, ദേശാഭിമാനി* എന്നീ പ്രസിദ്ധീകരണങ്ങളിൽ വെളിച്ചം കണ്ട ലേഖനങ്ങളുടെ സമാഹാരമാണ് ഈ പുസ്തകത്തിന്റെ ഉള്ളടക്കം. എന്റെ എളിയ സംരംഭം വിജയിക്കുമോ എന്നറിയില്ല. ഞാൻ എഴുതിയത് അത്ര മുതൽക്കൂട്ടാണെന്ന് കരുതുന്നുമില്ല. എങ്കിലും എന്റെ ചിന്തകളും ആശയങ്ങളും വായനക്കാർ പങ്കിടട്ടെ എന്ന ആഗ്രഹത്താൽ ചിലതെഴുതി. അനുചിതമെങ്കിൽ സദയം ക്ഷമിക്കുക.

എന്തിന് എഴുതുന്നു അറിയില്ല. എന്തിന് ശ്വാസോച്ഛ്വാസം ചെയ്യുന്നു എന്ന ചോദ്യംപോലെ ഉത്തരമില്ല. ഒരു വാക്കിൽനിന്ന്, ചിലപ്പോൾ ഒരു പുസ്തകത്തിൽനിന്ന്, മറ്റു ചിലപ്പോൾ പ്രിയ പുസ്തകവുമായി കണ്ടുചേരുന്ന അപ്രതീക്ഷിത നിമിഷത്തിന്റെ അപൂർവ്വതകളിൽനിന്ന് ഉറവയെടുക്കുന്ന, ക്ഷണികമെങ്കിലും, ഏത് ആകാശത്തേയും പ്രകാശിപ്പിക്കാൻ കഴിയുന്ന ഊർജ്ജത്തിനു വേണ്ടിയാകാം ഒരു എഴുത്തുകാരൻ എഴുതുന്നത്, അലയുന്നത്. എഴുത്തുകാരൻ നാടുകടത്തപ്പെട്ട അഭയാർത്ഥിയാണ് എന്ന് ഓർഹൻപാമോക്ക് പറഞ്ഞിട്ടുണ്ട്.

എഴുത്തിനായി അവനവന്റെ പുറംതോടിലേക്ക് ഉൾവലിയാറുണ്ട്. മറ്റാരും അവിടേക്ക് പ്രവേശിക്കരുത്. എന്താണ് എഴുത്തിലെ ഉള്ളടക്കം എന്നു ചോദിച്ചാൽ കവി ജി കുമാരപിള്ളയുടെ വരികൾ ഉദ്ധരിക്കട്ടെ.

"ഏതോ നിഗൂഢമാം ശൂന്യതയിങ്കൽ നി-
ന്നോരോ മുഖച്ഛായ പേറിയും മാറിയും
ആവിർഭവിക്കുന്നു, ജീവൻ സ്വരൂപങ്ങ-
ളാകസ്മികങ്ങളായ്, അന്യാദൃശ്യങ്ങളായ്."

പുസ്തകത്തിന്റെ അവതാരികയ്ക്കായി ബഹുമാനപ്പെട്ട സാനുമാഷിനെ സമീപിച്ചപ്പോൾ ലഭിച്ച ഊഷ്മളതയാണ് ഏറ്റവും ഊർജ്ജം നൽകിയത്. ആലപ്പുഴക്കാരനും, അച്ഛന്റെ സുഹൃത്തുമായ സാനുമാഷ് തന്നെയാണ് ഏറ്റവും യോഗ്യനായ അവതാരകൻ എന്നു തിരിച്ചറിഞ്ഞ് മടിച്ചുമടിച്ചാണ് മാഷിനെ സമീപിച്ചത്. മാഷിന്റെ പ്രായവും ആരോഗ്യപ്രശ്നങ്ങളും അറിയാമെങ്കിലും മാഷ് എഴുതിയാൽ അതൊരു തിലകക്കുറിയാവും എന്ന് മനസ്സിൽ കരുതി. യാതൊരു എതിർപ്പും പ്രകടിപ്പിക്കാതെ മാഷ് അവതാരിക എഴുതിത്തന്നത് ധന്യമായി. മാഷിന്റെ അവതാരിക എന്റെ പുസ്തകത്തിന്റെ സുവർണ്ണ നെറ്റിപ്പട്ടമാണ്. മാഷിന് എന്റെ ഹൃദ്യമായ സ്നേഹപുഷ്പങ്ങൾ.

പുസ്തകം തയ്യാറാക്കുന്നതിന് മുൻകൈയെടുത്ത തിരുവനന്തപുരം ചിന്ത പബ്ലിഷേഴ്സിന് പ്രത്യേക നന്ദി. ചിന്തയിലെ ഗോപി നാരായണന് പ്രത്യേക നന്ദിയും കടപ്പാടും. അദ്ദേഹം ഇല്ലായിരുന്നെങ്കിൽ പുസ്തകം അസാദ്ധ്യമായേനേ. ഗോപിയുടെ പ്രോത്സാഹനത്തിന് പ്രകടിപ്പിക്കാൻ വാക്കുകളില്ല, സത്യം.

എഴുത്തിലും ലേഖനങ്ങൾ പുസ്തകമാക്കുന്നതിലും എന്നോടൊപ്പം നിലകൊള്ളുന്ന എന്റെ വിമർശകയും സന്തതസഹചാരിയുമായ സഹധർമ്മിണി സീതയ്ക്കും സ്നേഹവും സന്തോഷവും രേഖപ്പെടുത്തട്ടെ.

എന്റെ എഴുത്തിനെ വാക്കുകളുടെ മിതത്വത്തിൽ അംഗീകരിക്കുന്ന പ്രിയപ്പെട്ട മകൻ യദുകൃഷ്ണനും, മരുമകൾ അമൃതയ്ക്കും പ്രത്യേകം നന്ദി, നമസ്കാരം.

സസ്നേഹം,

ബാബുപ്രകാശ്

അവതാരിക

ചിന്തോദീപകമായ വിശകലനങ്ങൾ

എം കെ സാനു

സ്മരണകൾ എന്ന സാഹിത്യവിഭാഗത്തിൽപ്പെടുന്ന എണ്ണമറ്റ കൃതികൾ മലയാളത്തിൽ പ്രകാശിതമായിട്ടുണ്ട്. അവയുടെ കൂട്ടത്തിൽ തികച്ചും പ്രാധാന്യമർഹിക്കുന്ന ഒന്നാണ് വൈലോപ്പിള്ളിയുടെ 'കാവ്യ ലോക സ്മരണകൾ.' അതിന്റെ രചന എങ്ങനെ നടന്നുവെന്ന് വായനക്കാർക്ക് അറിഞ്ഞുകൂടാ, അറിയേണ്ടതാണ്. ആത്മകഥാരചനയിൽ വിമുഖനും, പലപ്പോഴും ഏകാന്തതയിൽ ഒതുങ്ങുന്ന കർക്കശമായ ശീലമുള്ള വ്യക്തിയുമായ ഒരു കവിയെക്കൊണ്ട് സ്മരണകൾ എഴുതിച്ചത് ഒരേയൊരു വ്യക്തിയുടെ അനിർവ്വചനീയമായ ക്ഷമാശീലമാണ്. ആ വ്യക്തി *ദേശാഭിമാനി* വാരികയുടെ പത്രാധിപരായിരുന്ന എം എൻ കുറുപ്പ് അല്ലാതെ മറ്റാരുമല്ല. വാരികയുടെ പത്രാധിപർ എന്ന നിലയിലും സ്തുത്യർഹമായ സേവനം അദ്ദേഹം കാഴ്ചവച്ചിട്ടുണ്ട് എന്നതിനെപ്പറ്റി പലർക്കുമറിയാം. അതിനപ്പുറം കടന്ന്, അനേകം എഴുത്തുകാരുടെ നിലീനമായ സിദ്ധികൾക്ക് പ്രകാശനമരുളാൻ അദ്ദേഹം കാരണ ഭൂതനായി എന്ന വസ്തുത ആർക്കുമറിഞ്ഞുകൂടാ. അതിന്റെ ഭാഗമായിട്ടാണ്, വൈലോപ്പിള്ളിയുടെ ശകാരവും, ശാപവചസ്സുകളും നിഗൂഢമായ മന്ദസ്മിതത്തോടെ സഹിച്ചുകൊണ്ട് ഈ പുസ്തകം അദ്ദേഹം മലയാളഭാഷയ്ക്ക് സമ്പാദിച്ചെടുത്തത്.

ഗൗരിയമ്മ എന്ന നേതാവിനെക്കൊണ്ട് ആത്മകഥാ രചന നിർവ്വഹിപ്പിക്കാനും എം എൻ കുറുപ്പ് അക്ഷീണമായി പരിശ്രമിച്ചിരുന്നു. രചിച്ചിടത്തോളം ഭാഗങ്ങൾ *ദേശാഭിമാനി* വാരികയിൽത്തന്നെ പ്രകാശിപ്പിക്കയും ചെയ്തിരുന്നു. അത് പൂർത്തിയായില്ല എന്നുമാത്രം.

ശ്രീ. ബാബുപ്രകാശിന്റെ ഗ്രന്ഥത്തിന് എഴുതുന്ന അവതാരിക എം എൻ കുറുപ്പിനെക്കുറിച്ച് പരാമർശിച്ചുകൊണ്ട് തുടങ്ങിയത് എന്തുകൊ

ണ്ടെന്ന ചോദ്യം വായനക്കാരന്റെ മനസ്സിൽ ഉയരേണ്ടതില്ല. എം എൻ കുറുപ്പിന്റെ പുത്രനാണ് ഗ്രന്ഥകർത്താവ്. പിതാവിനെപ്പോലെ അദ്ദേഹവും സാംസ്കാരിക, രാഷ്ട്രീയ മേഖലകളുമായി ബന്ധപ്പെട്ട ഹൃദയത്തിന്റെ ഉടമയാണ്. വായനയും വായനയിലൂടെ ഉൾക്കൊള്ളുന്ന അനുഭവങ്ങളും ഗ്രന്ഥകാരന്റെ ആത്മാവിൽ അലിഞ്ഞുചേർന്നിരിക്കുന്നു. അങ്ങനെ അലിഞ്ഞുചേർന്നിരിക്കുന്ന അനുഭവങ്ങളിൽ ചിലതുമാത്രമാണ് അദ്ദേഹം ഈ കൃതിയിൽ അവതരിപ്പിക്കുന്നത്.

ഇന്ത്യയുടെ ഭരണഘടന, അതുമായി ബന്ധപ്പെട്ട പ്രമേയങ്ങൾ എന്നിവയാണ് ഈ ഗ്രന്ഥത്തിൽ ചിന്തോദ്ദീപകമായ വിധം ശ്രീ. ബാബുപ്രകാശ് വിശകലനം ചെയ്യുന്നത്. മൂന്ന് നെടുംതൂണുകളിലാണ് നമ്മുടെ ജനാധിപത്യം നിലകൊള്ളുന്നത്. പാർലമെന്റ്, ഭരണകൂടം, നീതിന്യായ കോടതികൾ എന്നിവയാണ് ഈ തൂണുകൾ എന്ന് പ്രത്യേകം പറയേണ്ടതില്ലല്ലോ. അവ പരസ്പരം പുലർത്തേണ്ട അനുരഞ്ജനമാണ് ജനാധിപത്യ സമ്പ്രദായം അഭംഗുരമായി തുടരുന്നതിനുള്ള വാഗ്ദാനം. ഈ അടിസ്ഥാനത്തിലാണ് ശ്രീ. ബാബുപ്രകാശ് തന്റെ പ്രതിപാദനം തുടരുന്നത്. യുക്തിബോധവും, സുവ്യക്തതയും ആ പ്രതിപാദനത്തെ ചേതോഹരമാക്കുന്നു.

മനുഷ്യനേയും ലോകത്തേയും സ്നേഹിക്കുന്ന ഒരു മനീഷിയുടെ ഹൃദയസ്പന്ദനങ്ങളാണ് *നീതിയുടെ പ്രതിസ്പന്ദം* എന്ന ഈ ഗ്രന്ഥം ഉൾക്കൊള്ളുന്നത്. വിശിഷ്ടമായ ഈ ഗ്രന്ഥം വായനക്കാരുടെ മുമ്പാകെ ഞാൻ അവതരിപ്പിക്കുമ്പോൾ ഞാൻ അനുഭവിക്കുന്ന സന്തോഷത്തിനും അഭിമാനത്തിനും അളവില്ല. എന്റെ ആത്മസുഹൃത്തിന്റെ പുത്രനാണ് ഗ്രന്ഥകാരൻ എന്നതിൽ അതിലേറെ സന്തോഷം. പുസ്തകത്തിന്റെ ഉള്ളടക്കം മൂല്യനിർഭരമാണ് എന്നതിൽ അഭിമാനവും.

എഴുത്തിൽ പ്രചോദനത്തിന്റെ ദീപ്തനാളമായ അച്ഛന്റേയും,
സ്നേഹവാത്സല്യത്തിന്റെ അടിപ്പടവായ അമ്മയുടേയും
പാദങ്ങളിൽ ഈ പുസ്തകം സമർപ്പിക്കുന്നു.

നിയമനിർമ്മാണത്തിന്റെ ആറ് പതിറ്റാണ്ട്

കേരള നിയമസഭയുടെ 60-ാം വാർഷികത്തിന്റെ പ്രസക്തി എന്തെന്ന് പൊതുസമൂഹത്തിൽ പലർക്കും അറിവുള്ള സംഗതിയല്ല. അതോടൊപ്പം ഈ കാലഘട്ടങ്ങളിൽ കേരള നിയമസഭ പാസാക്കിയ വിവിധ നിയമങ്ങൾ സാമൂഹ്യജീവിതത്തിൽ ഉളവാക്കിയ ഗുണപരമായ നേട്ടവും പുരോഗതിയും ശരിയായ രീതിയിൽ പരിശോധിക്കപ്പെട്ടിട്ടില്ല. 2007 ൽ കേരള നിയമസഭയുടെ സുവർണ്ണ ജൂബിലിയോടനുബന്ധിച്ച് 1957 ഏപ്രിൽ മുതൽ 2007 സെപ്തംബർ വരെ നിയമസഭ പാസാക്കിയ 1350 നിയമങ്ങളുടെ സംക്ഷിപ്ത രൂപം ഉൾക്കൊള്ളിച്ച് *കേരള നിയമ സഭ നിയമ നിർമ്മാണത്തിന്റെ 50 വർഷം 1957-2007* എന്ന ഗ്രന്ഥം 2008 ൽ പ്രസിദ്ധീകരിച്ചിരുന്നു. എന്നാൽ 60-ാം വാർഷികം ആഘോഷിക്കുന്ന 2017 ൽ 2007 സെപ്തംബർ മുതൽ 2017 മാർച്ച് വരെ നടത്തിയിട്ടുള്ള നിയമനിർമ്മാണങ്ങളുടെ പ്രസക്ത വിവരങ്ങൾ കൂടിച്ചേർത്ത് തയ്യാറാക്കിയ പരിഷ്കരിച്ച പകർപ്പാണ് *കേരള നിയമസഭ നിയമനിർമ്മാണ ത്തിന്റെ ആറ് പതിറ്റാണ്ടുകൾ 1957-2017* എന്ന ഈ ഗ്രന്ഥം. 1611 നിയമ ങ്ങളുടെ സംക്ഷിപ്തമാണ് ഇതിന്റെ ഉള്ളടക്കം. ഇതിൽ 403 അസ്സൽ നിയമങ്ങളും 443 ധനവിനിയോഗ ബില്ലുകളും ഉൾപ്പെടുന്നു. ഇവ കൂടാതെ നിയമസഭ പാസാക്കിയെങ്കിലും നിയമം ആയിട്ടില്ലാത്ത 15 ബില്ലുകളെ സംബന്ധിച്ച് അവസാന അദ്ധ്യായത്തിൽ പ്രതിപാദിച്ചിട്ടുണ്ട്. ഈ ഗ്രന്ഥ ത്തിന്റെ പ്രാധാന്യം പ്രത്യേകിച്ച് വ്യക്തമാക്കേണ്ടതില്ല.

Rule of law അഥവാ നിയമാധിഷ്ഠിത ഭരണം എന്നതുകൊണ്ട് ഉദ്ദേശിക്കുന്നത്, ജനങ്ങളുടെ ജീവിതം സുഗമവും, സുഖകരവും, സന്തോ ഷപ്രദവുമാക്കുവാൻ നിയമനിർമ്മാണസഭ പാസാക്കുന്ന നിയമങ്ങളി ലൂടെ ഭരണ നിർവ്വഹണം നടത്തുക എന്നതാണ്. ഇതിനായി ഭരണഘ

ടനയുടെ മൂന്നു സ്ഥാപനങ്ങളായ നിയമനിർമ്മാണസഭ, നീതിന്യായ വ്യവസ്ഥ, ഭരണ നിർവ്വഹണ സർക്കാർ എന്നിവ അവയുടെ നിയതമായ അധികാരപരിധിക്കുള്ളിൽനിന്ന് നിയമത്തിനു വിധേയമായി പ്രവർത്തിക്കേണ്ടതാണ്. എഞ്ചിനീയറിംഗ് ശാഖയിൽ ഒരു യന്ത്രം കണ്ടുപിടിക്കുന്നതും തുടർന്ന് അത് പ്രവർത്തിക്കുന്നതും മനുഷ്യ പ്രയത്നം ലഘൂകരിച്ച്, മനുഷ്യ പ്രയത്നം പൊതുഗുണത്തിനു വേണ്ടി വിനിയോഗിക്കുന്നതിനാണ്. അതുപോലെ നിയമം എന്നത് മനുഷ്യ സമൂഹത്തിന്റെ നന്മയ്ക്കായി മനുഷ്യർ തന്നെ നിർമ്മിക്കുന്ന സാങ്കേതികവും പരസ്പര ബന്ധിതവുമായ പ്രക്രിയയാണ്. നിയമത്തെക്കുറിച്ച് പൊതുജനങ്ങൾക്ക് വലിയ ധാരണയില്ല. അന്തരീക്ഷത്തിൽ ശുദ്ധവായു അദൃശ്യമായിരിക്കുന്നതുപോലെയാണ് നിയമങ്ങൾ മനുഷ്യജീവിതത്തിലും നിലകൊള്ളുന്നത്. ശുദ്ധവായു ഇല്ലാതാകുമ്പോഴാണ് അതിന്റെ പ്രാധാന്യത്തെ നാം മനസ്സിലാക്കുന്നത്. അതുപോലെ നിയമം ലംഘിക്കപ്പെടുമ്പോഴാണ് നിയമത്തെക്കുറിച്ച് നാം ബോധവാന്മാരാകുക. 1957 മുതൽ 2017 വരെ മനുഷ്യജീവിതത്തിന്റെ സമഗ്ര മേഖലകളെ ബാധിക്കുന്നതും ബന്ധിക്കുന്നതുമായ വിവിധ നിയമങ്ങൾ കേരള നിയമസഭ പാസ്സാക്കിയിട്ടുണ്ട്. അവയെക്കുറിച്ചെല്ലാം ലളിതമായ ഭാഷയിൽ ഓരോ നിയമത്തിന്റെയും ഉദ്ദേശലക്ഷ്യങ്ങളും പ്രധാന വ്യവസ്ഥകളും ഈ ഗ്രന്ഥത്തിൽ പ്രതിപാദിച്ചിട്ടുണ്ട്. 27 അദ്ധ്യായങ്ങൾ ഉൾക്കൊള്ളുന്ന ഗ്രന്ഥത്തിൽ നിയമസഭ പാസ്സാക്കിയ നിയമങ്ങളിൽ ഭരണഘടനയുടെ 9-ാം പട്ടികയിൽ ഉൾപ്പെടുത്തിയിട്ടുള്ളവ ഒരു അനുബന്ധമായി ചേർത്തിട്ടുണ്ട്. എല്ലാ നിയമങ്ങളുടെയും ഒരു പട്ടികയും അക്ഷരമാലാ ക്രമത്തിലുള്ള സൂചികയും ഗ്രന്ഥത്തിൽ ഉണ്ട്.

ഇതൊരു ചരിത്രഗ്രന്ഥമല്ല. എന്നാൽ കേരള ജനത അവരുടെ നിയമനിർമ്മാണസഭയിലൂടെ നടന്ന വഴികളും അവരുടെ ആശയാഭിലാഷങ്ങൾ സാക്ഷാൽക്കരിക്കുന്നതിനായി തങ്ങൾ തെരഞ്ഞെടുത്ത ജനപ്രതിനിധികളിലൂടെ പാസ്സാക്കപ്പെട്ട നിയമങ്ങൾ എന്തെന്നു മനസ്സിലാക്കുന്നതിനും ഈ ഗ്രന്ഥം ഒരു ചൂണ്ടുപലകയാണ്. 1957 ഏപ്രിൽ 5 ന് അധികാരമേറ്റ ഇ എം എസിന്റെ ആദ്യ മന്ത്രിസഭ കാതലായ രണ്ടു നിയമങ്ങൾ നിർമ്മിച്ചിട്ടുണ്ട്. അതിൽ ഒന്നാമത്തേത് വിദ്യാഭ്യാസ ബില്ലും, രണ്ടാമത്തേത് ഭൂപരിഷ്കരണ നിയമവുമായിരുന്നു, ഒന്നാം നിയമസഭ 38-ഓളം നിയമങ്ങളും 40 ഭേദഗതികളും പാസ്സാക്കിയിരുന്നു. രണ്ടാം നിയമസഭ പാസ്സാക്കിയ ശ്രദ്ധേയമായ നിയമങ്ങളിൽ ഒന്ന് പോലീസ് സേനയുടെ നവീകരണത്തിന് തുടക്കംകുറിച്ച കേരള പോലീസ് നിയമമാണ്. തൊഴിലാളികൾക്കാശ്വാസം പകരുന്ന മിനിമം കൂലി നിയമം മറ്റൊരു സുപ്രധാന നിയമമായിരുന്നു. മൂന്നാം നിയമസഭയുടെ പ്രധാന നിയമങ്ങളിലൊന്നായിരുന്നു കാലിക്കറ്റ് യൂണിവേഴ്സിറ്റി നിയമം. കേരള പി എസ് സി നിയമം, കേരള സഹകരണ നിയമം എന്നിവയും മൂന്നാം സഭയുടെ സംഭാവനകളാണ്. സി അച്ചുതമേനോന്റെ നേതൃത്വത്തിലുള്ള നാലാം നിയമസ

ഭയുടെ ശ്രദ്ധേയ നിയമം 1972 ലെ കുട്ടികളുടെ നിയമമാണ്. തെരുവിൽ ഉപേക്ഷിക്കപ്പെടുന്നതും കുറ്റകൃത്യങ്ങളിൽ ഉൾപ്പെടുന്നതുമായ കുട്ടികളുടെ പരിരക്ഷ, ക്ഷേമം, പരിശീലനം, വിദ്യാഭ്യാസം, പുനരധിവാസം എന്നിവയ്ക്കും കുറ്റവിചാരണയ്ക്കും വ്യവസ്ഥ ചെയ്യുന്നതാണ് ഈ നിയമം.

അഞ്ചാം നിയമസഭയുടെ പ്രധാന സംഭാവന 1977 ലെ കേരള കടാശ്വാസ നിയമവും ജില്ലാ ഭരണ നിയമവുമായിരുന്നു. 47 നിയമങ്ങൾ പാസ്സാക്കിയ ആറാം നിയമസഭയുടെ ശ്രദ്ധേയ നിയമം ചേരിപ്രദേശ പരിഷ്കരണ നിയമമായിരുന്നു. കെ കരുണാകരന്റെ നേതൃത്വത്തിലുള്ള ഏഴാം നിയമസഭയുടെ പ്രധാന സംഭാവനകൾ അഴിമതി നിരോധന നിയമം, മോട്ടോർ ട്രാൻസ്പോർട്ട് തൊഴിലാളി വെൽഫെയർ ഫണ്ട് നിയമം എന്നിവയായിരുന്നു. ഇ കെ നായനാർ നയിച്ച എട്ടാം നിയമസഭയുടെ പ്രധാന സംഭാവന കേരള വനിതാ കമ്മീഷൻ നിയമമായിരുന്നു. ഒമ്പതാം നിയമസഭയുടെ വിപ്ലവകരമായ നിയമനിർമ്മാണം ഗ്രാമീണ കേരളത്തിന്റെ മുഖപടം മാറ്റിയ പഞ്ചായത്തീരാജ് നിയമം ആയിരുന്നു. കേരള മുനിസിപ്പാലിറ്റി നിയമം, കേരള ലോക്കൽ ഫണ്ട് ആഡിറ്റ് നിയമം എന്നിവയും ഒമ്പതാം നിയമസഭയുടെ സംഭാവനകളാണ്. ഇ കെ നായനാരുടെ നേതൃത്വത്തിലുള്ള പത്താം നിയമസഭ പാസ്സാക്കിയ ഏറ്റവും ശ്രദ്ധേയമായ നിയമമാണ് ജനകീയാസൂത്രണപദ്ധതി നിയമം. ഇ എം എസിന്റെ സ്വപ്നപദ്ധതിയായിരുന്ന ജനകീയാസൂത്രണം പൂർത്തീകരിച്ചത് അദ്ദേഹത്തിന്റെ സാരഥിയായിരുന്ന ഇ കെ നായനാർ ആണെന്നത് ഈ അവസരത്തിൽ വിസ്മരിച്ചുകൂട. പത്താം സമ്മേളനത്തിന്റെ സമഗ്ര സംഭാവന പ്രീ-ഡിഗ്രി പഠനം സർവ്വകലാശാലകളിൽനിന്ന് വേർപെടുത്തിയ ഹയർ സെക്കന്ററി വിദ്യാഭ്യാസ നിയമമായിരുന്നു.

ലോകായുക്ത നിയമം പത്താംസഭയുടെ സംഭാവനയാണ്. പതിനൊന്നാം സഭയുടെ ശ്രദ്ധേയ സംഭാവന കേരള നദീതീര സംരക്ഷണവും മണൽവാരൽ നിയന്ത്രണ നിയമവുമാണ്. വി എസ് അച്യുതാനന്ദന്റെ നേതൃത്വത്തിലുള്ള പന്ത്രണ്ടാം നിയമസഭയുടെ പ്രധാന സംഭാവന കേരള നെൽവയൽ തണ്ണീർതട സംരക്ഷണ നിയമമാണ്. വിശദമായ ചർച്ചകൾക്കും പ്രതിവാദങ്ങൾക്കുംശേഷം രാത്രി രണ്ടു മണിക്കാണ് ഈ ചരിത്ര നിയമം സഭ പാസ്സാക്കുന്നത്. അടിമുടി അഴിച്ചു പണിഞ്ഞ കേരള പോലീസ് നിയമവും പന്ത്രണ്ടാം നിയമസഭയുടെ സംഭാവനയാണ്. ഉമ്മൻചാണ്ടിയുടെ നേതൃത്വത്തിലുള്ള പതിമൂന്നാം നിയമസഭയുടെ കാതലായ സംഭാവന കേരള സേവന അവകാശനിയമമാണ്. ഇപ്പോഴത്തെ പതിനാലാം നിയമസഭ ഇ എം എസിന്റെ ശിഷ്യനും ഇ കെ നായനാരുടെ പിൻഗാമിയുമായ പിണറായി വിജയൻ നയിക്കുന്ന സഭയാണ്. മേൽ പ്രതിപാദിച്ച നിയമങ്ങൾ ചെറിയൊരു സൂചന മാത്രമാണ്. സാമൂഹ്യ പരിവർത്തനത്തിന് ചാലകമായ ഒട്ടനവധി സുപ്രധാന നിയമങ്ങൾ ഒന്നു മുതൽ പതിനാലു വരെയുള്ള വിവിധ സഭകൾ പാസ്സാക്കിയിട്ടുണ്ട്. സഭ

യെക്കുറിച്ചുള്ള പ്രാഥമിക വിവരങ്ങൾ ജനങ്ങൾക്ക് നൽകുക എന്ന ലക്ഷ്യത്തിലാണ് ഈ ഗ്രന്ഥം രചിച്ചിട്ടുള്ളത്. നിയമത്തിലൂടെ സാമൂഹിക പരിവർത്തനം എന്ന ആശയം നടപ്പാക്കിയ ഏക സംസ്ഥാനം കേരളമല്ലാതെ മറ്റൊന്നല്ല. ഇന്ത്യൻ ജനാധിപത്യവ്യവസ്ഥിതിയിൽ ഇന്ത്യൻ പാർലമെന്റിനുപോലും അനുകരണീയമായ നിരവധി നിയമനിർമ്മാണങ്ങളിലൂടെ കേരളം ഇതിനകം സവിശേഷശ്രദ്ധ നേടിക്കഴിഞ്ഞു. കേരള മോഡൽ എന്ന ആശയപരമായ ഒരു കാഴ്ചപ്പാട് തന്നെ ലോകബാങ്ക്, സമൂഹത്തിന്റെ സാമൂഹ്യ സാമ്പത്തിക സവിശേഷ പഠനത്തിനായി തെരഞ്ഞെടുത്തിട്ടുണ്ട്. ഇവയൊക്കെ ചാരിതാർത്ഥ്യജനകവും അഭിമാനകരവുമായ നേട്ടങ്ങളാണ്.

ഈ ഗ്രന്ഥം രചിക്കുന്നതിന് എല്ലാ പിന്തുണയും നൽകിയ സ്പീക്കർ പി രാമകൃഷ്ണനോട് നിസ്സീമമായ കടപ്പാടുണ്ട്. ഗ്രന്ഥത്തിനാവശ്യമായ വിവരങ്ങൾ ശേഖരിച്ച് ഗ്രന്ഥരചനാ പ്രക്രിയ സുഗമമാക്കുന്നതിന് നിയമസഭാ സെക്രട്ടറിയേറ്റിലെ സഹപ്രവർത്തകരെ അനുമോദിച്ചുകൊള്ളട്ടെ. ഒരു ഗ്രന്ഥം രചിക്കപ്പെടുമ്പോൾ അത് എപ്രകാരം പൊതുജനം സ്വീകരിക്കും എന്നുള്ളത് പ്രവചനാതീതമാണ്. ഗ്രന്ഥത്തിന്റെ ഉള്ളടക്കഗുണവും രചനാരീതിയും പൊതുജനാംഗീകാരം നേടുന്നതിൽ സുപ്രധാന ഘടകമാണ്. കുറ്റങ്ങളും കുറവുകളുമില്ലാത്ത ഒരു മനുഷ്യ പ്രയത്നമല്ല ഗ്രന്ഥരചന. ആ പരിമിതിയിൽനിന്ന്, എന്നാൽ അർപ്പിതമായ ഉത്തരവാദിത്വം ഉൾക്കൊണ്ട് തയ്യാറാക്കപ്പെട്ട ഈ ഗ്രന്ഥം കേരള നിയമസഭയുടെ 60 വർഷത്തെ പാരമ്പര്യവും പ്രവർത്തനവും ഓർമ്മിപ്പിക്കുന്നതിനും വിശകലനം ചെയ്യുന്നതിനും, തന്മൂലം ജനാധിപത്യ സംവിധാനത്തെയും അതിന്റെ മൂല്യങ്ങളെയും ശക്തിപ്പെടുത്താൻ ഉപകരിക്കും എന്ന വിശ്വാസത്തിൽ ജനങ്ങൾക്കിടയിൽ സമർപ്പിക്കുന്നു.

കലാകൗമുദി, 2017 ഒക്ടോബർ 22–29

ഭരണകൂടവും
കോടതി ഇടപെടലുകളും

കുറച്ച് ദിവസങ്ങൾക്കുമുമ്പ് ബി ബി സി ചാനലിൽ ഏഷ്യാടുഡേ എന്ന പരിപാടിയിൽ ബി ബി സി റിപ്പോർട്ടർ ഇന്ത്യയിലെ ഒരു പ്രമുഖ നേതാവുമായി നടത്തിയ അഭിമുഖ സംഭാഷണം സംപ്രേഷണം ചെയ്യുകയുണ്ടായി. അതിൽ റിപ്പോർട്ടർ ഒരു ചോദ്യം ഉന്നയിച്ചതിപ്രകാരമാണ്, ഇന്ത്യ ഒരു വലിയ ജനാധിപത്യരാജ്യമായിട്ടും അതിന്റെ ഭരണകർത്താക്കളുടെ പല തീരുമാനങ്ങളിലും കോടതികൾ ഇടപെട്ട് അസാധുവാക്കുന്നതും, മറ്റ് ചില സന്ദർഭങ്ങളിൽ കാര്യങ്ങൾ നടപ്പിലാക്കാൻ ആജ്ഞാപിക്കുകയും ചെയ്യുന്ന പ്രവണത നിത്യ സംഭവമാണല്ലോ! ഇത് ഇന്ത്യൻ ജനാധിപത്യത്തിന്റെ കരുത്തോ ദൗർബല്യമോ? റിപ്പോർട്ടറുടെ ഈ ചോദ്യത്തിന് നേതാവ് വ്യക്തമായി മറുപടി പറഞ്ഞെങ്കിലും ചോദ്യത്തിന്റെ പ്രസക്തി ഉത്തരത്തെക്കാളും പ്രഭാവമാകുന്നു എന്നുവേണം പറയുവാൻ. നാം ചുറ്റും നോക്കുമ്പോൾ ദിനംതോറുമുള്ള പത്ര, റേഡിയോ, ടെലിവിഷൻ വാർത്തകളിൽ കോടതി ഇടപെട്ട് പല പ്രധാന സംഗതികളിലും വിധികൽപ്പിക്കുന്നതായി നിത്യവും തിരിച്ചറിയുന്നുണ്ട്. വ്യവഹാരങ്ങൾ മുൻപത്തേതിലും കൂടുതൽ പ്രത്യക്ഷപ്പെട്ടുകൊണ്ടിരിക്കുകയാണ്. ഭരണ കർത്താക്കൾ എടുക്കുന്ന പല തീരുമാനങ്ങളും ഭരണഘടനാ ലംഘനങ്ങൾ ചൂണ്ടിക്കാട്ടി കോടതികളിൽ ചോദ്യം ചെയ്ത് അസ്ഥിരപ്പെടുത്തുന്ന കാഴ്ചയും, അലംഭാവം കാട്ടുന്ന മേഖലകളിൽ ചടുലമായ തീരുമാനമെടുക്കുവാനും കോടതി കർക്കശ നിർദ്ദേശങ്ങൾ പുറപ്പെടുവിക്കുന്നതും കാണപ്പെടുകയാണ്. ഭരണരംഗത്തും നിയമനിർമ്മാണരംഗത്തുമുള്ള നയപരമായ കാര്യങ്ങളിൽപോലും കോടതിവിധികൾ കടന്നുകയറുകയാണ്. നമ്മുടെ ജനാധിപത്യത്തിന് എന്തെങ്കിലും തകരാറു സംഭവിച്ചോ, അതോ ജുഡീഷ്യറിക്ക് അധികാരം കൂടുകയാണോ, ഭര

ണരംഗം നിശ്ചലമായിക്കൊണ്ടിരിക്കുകയാണോ എന്നിത്യാദിയുള്ള ചോദ്യങ്ങൾ സ്വാഭാവികമായും ഈ രംഗത്ത് നാൾക്കുനാൾ ഉയർന്നുവരികയാണ്. ജുഡീഷ്യൽ ആക്ടിവിസം എന്ന് കോടതിവിധികളെ വിമർശിക്കുന്നവർ പറയുമ്പോൾ ജുഡീഷ്യൽ ക്രിയാത്മകത്വം എന്ന് അതിന്റെ വക്താക്കളും ഈ പ്രതിഭാസത്തെ ചൂണ്ടിക്കാട്ടുന്നു.

ഇന്ത്യൻ ഭരണഘടനയുടെ അവിഭാജ്യഘടകങ്ങളിൽ ഒന്നും മറ്റ് രാജ്യങ്ങളുടെ ഭരണഘടനയിൽ കാണാത്തതുമായ ഒരു പ്രധാന വസ്തുത നമ്മുടെ ഭരണഘടന, ഭരണകൂടത്തിനും, നിയമ നിർമ്മാണ സഭയ്ക്കും നീതിന്യായ കോടതികൾക്കും നൽകുന്ന സ്വതന്ത്രമായ പദവികൾ ആണ്. ഒന്ന് മറ്റൊന്നിന്റെ മേഖലയിൽ കടന്നുകയറാതെ സ്വതന്ത്രമായി തങ്ങളുടെ കർമ്മമേഖലയിൽ വ്യാപരിക്കാനും ഒന്ന് മറ്റൊന്നിനുമേൽ മേൽക്കോയ്മ സ്ഥാപിക്കാതെ അതാതിന്റെ പരിപാവനത കാത്തുസൂക്ഷിച്ച് നിലകൊള്ളാനും ഭരണഘടന ഉദ്ദേശിക്കുന്നു. ഭരണഘടന തയ്യാറാക്കിയ സന്ദർഭത്തിൽ അതിന്റെ ശിൽപ്പികളെ ഏറ്റവും ബുദ്ധിമുട്ടിച്ച ഒരു പ്രശ്നമായിരുന്നു ഈ മൂന്നു സ്ഥാപനങ്ങളുടെയും അധികാരപരിധി സംബന്ധിച്ച നിർവ്വചനങ്ങൾ. ചർച്ച മുറുകിയ സന്ദർഭത്തിൽ ഭൂരിപക്ഷംപേർ ഭരണകൂടം ഏറ്റവും അധികാരം കൂടിയ സ്ഥാപനമായി നിലകൊള്ളണമെന്നും അതിന്റെ തീരുമാനങ്ങളെ ജുഡീഷ്യറിക്ക് ചോദ്യം ചെയ്യാൻ അധികാരം നൽകരുതെന്നും വാദിക്കുകയുണ്ടായി. ഒടുവിൽ പ്രധാന ശിൽപ്പിയായ അംബേദ്കറിന്റെ വിവേചനത്തിന് ഈ വിഷയം വിട്ടുകൊടുത്തു. അദ്ദേഹം ഈ മൂന്ന് സ്ഥാപനങ്ങളേയും സ്വതന്ത്രമായി നിലകൊള്ളാനും, ഒന്ന് മറ്റൊന്നിന്റെ മേഖലയിൽ കടന്നാക്രമണം ചെയ്യാതിരിക്കാനും എന്നാൽ ഭരണകൂടത്തിന്റെയും നിയമ നിർമ്മാണ സഭയുടെയും തീരുമാനങ്ങളിൽ ഭരണഘടനാ ലംഘനമോ, ഭരണഘടന അംഗീകരിച്ച മറ്റ് നിയമങ്ങളുടെ ലംഘനമോ നടന്നിട്ടുണ്ടോ എന്ന് വ്യാഖ്യാനിക്കാനുള്ള അധികാരം ജുഡീഷ്യറിക്ക് നൽകണമെന്ന് നിർദ്ദേശിക്കുകയുണ്ടായി. ആയത് അംഗീകരിക്കപ്പെട്ടപ്പോൾ ഈ മൂന്നു സ്ഥാപനങ്ങളും ഭരണഘടനയിൽ സ്വതന്ത്രമായി നിലകൊള്ളുന്ന മൂന്ന് അടിസ്ഥാന നെടുംതൂണുകളായി വ്യാഖ്യാനിക്കപ്പെട്ടു. ഇപ്രകാരമിരിക്കെ ഭരണകൂടത്തിന്റെയും നിയമനിർമ്മാണസഭയുടെയും പലതീരുമാനങ്ങളും, ഭരണഘടനാ ഭേദഗതികളും സുപ്രീംകോടതിയിൽ പുനരവലോകനത്തിന് വിധേയമാക്കുകയുണ്ടായി. എന്നാൽ ആദ്യകാലങ്ങളിൽ കോടതി വ്യവസ്ഥാപിതമായ ഒരു നയമാണ് കൈക്കൊണ്ടുവന്നത്. ഭരണ നിയമ നിർമ്മാണസഭാ തീരുമാനങ്ങളിൽ ഇടപെടാൻ കോടതി വൈമനസ്യം കാണിക്കുന്ന സമീപനമാണ് കൈക്കൊണ്ടുവന്നത്. ഇത് പലപ്പോഴും ഭരണഘടനാലംഘനങ്ങൾക്കും പൗരാവകാശലംഘനങ്ങൾക്കും വഴിവെക്കുന്ന പലതീരുമാനങ്ങളും നടപ്പിലാക്കുന്നതിനിടയായിട്ടുണ്ട്.

ഇന്ത്യൻ ഭരണഘടനയുടെ നാലാംഭാഗത്ത് 39 എ എന്ന വകുപ്പ് ചേർക്കപ്പെട്ടതോടെ ഇന്ത്യൻ ജുഡീഷ്യറിക്ക് ഒരു പുതിയ മാനം സംഗ

തമായി. സാമൂഹ്യനീതി നടപ്പിലാക്കുന്നതിന് സർക്കാരിനോടൊപ്പം കോടതികൾക്കും ഇത് ബാദ്ധ്യത നൽകി. പൗരന്മാർക്ക് സാമ്പത്തിക സാമൂഹ്യ പരാധീനതകൾ കണക്കിലെടുക്കാതെ നിയമത്തിന്റെ മുന്നിൽ തുല്യമായ പരിഗണന നൽകി സാമൂഹ്യനീതി നടപ്പിലാക്കണമെന്ന് ഈ വകുപ്പ് ഊന്നൽ നൽകുന്നു. ഇതിൽ സാമൂഹ്യനീതി എന്ന പദത്തിനെ ഭരണഘടനയുടെ ആമുഖത്തിൽ (പ്രിയാമ്പിൾ) കൂട്ടിച്ചേർത്ത് ഒരു പുതിയ വ്യാഖ്യാനവും നൽകി. അതായത് സാമ്പത്തികമായും സാമൂഹ്യമായും പിന്നോക്കം നിൽക്കുന്ന സാധാരണക്കാരിൽ സാധാരണക്കാരായ അസംഖ്യം പാവപ്പെട്ടവരുടെ സംരക്ഷണമാണ് ഈ പദംകൊണ്ട് വിവക്ഷിക്കുന്നത്. ഭരണഘടന നടപ്പിൽവന്ന് ഏകദേശം 25 കൊല്ലംവരെ മറ്റ് രണ്ട് സ്ഥാപനങ്ങളോടൊപ്പം ഇന്ത്യൻ ജുഡീഷ്യറിയും സാമൂഹ്യനീതി നടപ്പിലാക്കുന്ന രംഗത്ത് ഉറങ്ങിക്കിടന്നു എന്നുതന്നെ പറയാം. 1951 ൽ ആദ്യത്തെ ഭരണഘടനാ ഭേദഗതി സുപ്രീംകോടതി മുമ്പാകെ പുനരവലോകനം ചെയ്യപ്പെടുകയുണ്ടായി. ജമീന്ദാർമാരുടെ ഏക്കർകണക്കിന് വസ്തുക്കൾ സർക്കാരധീനതയിൽ ഏറ്റെടുക്കുന്നതിന് നഷ്ടപരിഹാരം നൽകേണ്ടതില്ല എന്നായിരുന്നു പ്രസ്തുത ഭേദഗതിയുടെ അന്തസാരം. അതിനായി മൗലിക അവകാശത്തിൽ 31 എ, 31 ബി എന്നീ പുതിയ വകുപ്പുകൾ എഴുതിച്ചേർത്തു. അതിൻപ്രകാരം 19(1) എഫ് വകുപ്പിൽ വസ്തുക്കളിൻമേലുള്ള അവകാശം ഒരു മൗലികാവകാശമല്ലാതാക്കി മാറ്റപ്പെട്ടു. ഈ ഭേദഗതി സുപ്രീം കോടതിയിൽ വെല്ലുവിളിക്കപ്പെട്ടു. എന്നാൽ അഞ്ചു ജഡ്ജിമാരടങ്ങുന്ന സുപ്രീം കോടതി ഭരണഘടനാ ബഞ്ച് (Sankar Prasad V/s. Union of India 1951 AIR) ഏകകണ്ഠേന പാർലമെന്റിന്റെ നിയമ നിർമ്മാണ അധികാരത്തെ അംഗീകരിച്ച് ഈ ഭേദഗതി ഭരണഘടനാ വിരുദ്ധമല്ലെന്ന് വിധിച്ചു. തുടർന്ന് 1964 ൽ ഉണ്ടായ 17-ാം ഭേദഗതി പ്രകാരം മൗലികാവകാശം വേണമെങ്കിൽ പാർലമെന്റിന് 368 -ാം വകുപ്പ് പ്രകാരം എടുത്തുകളയാമെന്ന് കൂട്ടിച്ചേർത്തു. അതും സുപ്രീം കോടതിയിൽ അവലോകനം ചെയ്തു. സജ്ജൻ സിംഗ് V/s സ്റ്റേറ്റ് ഓഫ് രാജസ്ഥാൻ എന്ന സുപ്രധാന വിധിയിൽ മൗലികാവകാശം വേണമെങ്കിൽ ഭരണഘടനാ ഭേദഗതിയിലൂടെ എടുത്തുകളയാമെന്ന് സുപ്രീംകോടതി പ്രഖ്യാപിച്ച് പാർലമെന്റിനാണ് പരമാധികാരം എന്ന് വ്യംഗേന സൂചിപ്പിക്കുകയുണ്ടായി.

ഇപ്രകാരമിരിക്കെ സാധാരണക്കാരായ ജനസമൂഹത്തിന് കോടതിയെ സമീപിക്കാൻ ധാരാളം കടമ്പകളുണ്ടായിരുന്നു. നിയമപരമായ അജ്ഞത, നിയമനടപടികളുടെ കാലതാമസം, നീതി ലഭിക്കാനുള്ള ഭാരിച്ച ചെലവും ഇവയിൽ പ്രധാനപ്പെട്ടവയായിരുന്നു. സാധാരണക്കാരന്റെ ഈ തടസ്സം ഏകദേശം അടിയന്തരാവസ്ഥ പ്രഖ്യാപിച്ച കാലം വരെ തുടർന്നു. അടിയന്തരാവസ്ഥയ്ക്കുശേഷം ഇന്ത്യൻ ജുഡീഷ്യറി പെട്ടെന്നുണരുകയും നിതാന്തമായ ഉത്സാഹത്താൽ പല കാര്യങ്ങളിലും ഇടപെടുകയും ഉണ്ടായി. തൽഫലമായി ഒത്തിരി പ്രശ്നങ്ങളിൽ കോടതി

ഇടപെട്ട് സാമൂഹ്യനീതി നടപ്പിലാക്കുവാൻ സാധിച്ചു. ക്രമേണ പൗരന്മാർക്ക് കോടതിയെന്നാൽ കറുത്തകോട്ടിട്ട് തങ്ങൾക്ക് അന്യമായ ആംഗലഭാഷ സംസാരിക്കുന്ന ദന്തഗോപുരവാസികളുടെ സ്ഥാപനമാണെന്ന ചിന്താധാരമാറി തങ്ങൾക്കും പ്രവേശിക്കാവുന്ന തട്ടകമാണെന്ന അവബോധവും ഉടലെടുക്കുവാൻ തുടങ്ങി. അതിന് തുടക്കമിട്ട പ്രധാന വ്യക്തികളിൽ ഒരാളാണ് ജസ്റ്റിസ് പി എൻ ഭഗവതി. 1978 ൽ മനേകാഗാന്ധി V/s. യൂണിയൻ ഓഫ് ഇന്ത്യ എന്ന സുപ്രധാന കേസിൽ തന്റെ കർക്കശമായ ശൈലിയിൽ പൗരന്റെ അവകാശങ്ങളെ കടന്നാക്രമിക്കുന്ന ഒരു നിയമവും, പ്രവർത്തിയും ചെയ്യാൻ ഇന്ത്യൻ ഭരണകൂടത്തിനോ, നിയമനിർമ്മാണ സഭയ്ക്കോ അധികാരമില്ല എന്ന് പ്രഖ്യാപിക്കുകയുണ്ടായി. പിന്നീടിങ്ങോട്ട് ജസ്റ്റിസ് ഭഗവതി, വി ആർ കൃഷ്ണയ്യർ, വൈ വി ചന്ദ്രചൂഡ്, വെങ്കിടചലയ്യ, ബറൂച്ച, ജെ എസ് ശർമ്മ തുടങ്ങിയ ആദരണീയരായ ന്യായാധിപന്മാർ പ്രഖ്യാപിച്ച വിധിന്യായങ്ങൾ ഇന്ത്യൻ ജ്യുഡീഷ്യറിയുടെ നാഴികക്കല്ലുകളായി മാറി. അവസരങ്ങൾക്കൊത്ത് ഉയരുന്ന ജുഡീഷ്യറിയിൽ ക്രമേണ ജനങ്ങൾ വിശ്വാസംകൊള്ളുകയും തങ്ങളുടെ ആശ്രയകേന്ദ്രമായി അതിനെ തിരിച്ചറിയുകയുംചെയ്യുന്ന സ്ഥിതി വിശേഷമുണ്ടായി. ഇപ്രകാരമിരിക്കെ 1982 ൽ ജസ്റ്റിസ് ഭഗവതി വളരെ വിപ്ലവകരമായ ഒരു സമീപനം സാമൂഹ്യനീതിയുടെ കാര്യത്തിൽ സ്വീകരിക്കുകയുണ്ടായി. അത് സുപ്രീം കോടതി രജിസ്റ്റാർക്ക് ഒരു ഇല്ലന്റ് കത്ത് ലഭിക്കുന്നതോടെയാണ്. അത് ഏഷ്യാഡ് ഗ്രാമം പണിത നിർമ്മാണ തൊഴിലാളികളുടെ കഷ്ടപ്പാടും അവിടെ നടക്കുന്ന നിയമലംഘനവും ചൂണ്ടിക്കാട്ടി ആരോ അയച്ചതാണ്. ഈ കത്ത് ഒരു റിട്ട് ഹർജിയായി പരിഗണിച്ച് സുപ്രീം കോടതി ഗൗരവമായ ഒത്തിരി പ്രശ്നങ്ങളിലേക്ക് വെളിച്ചം വീശുന്ന വിധി പ്രഖ്യാപിക്കുകയുണ്ടായി. പ്രസ്തുത വിധിയിലാണ് ഒരു കത്തുപോലും പൊതു താൽപ്പര്യ ഹർജിയായി പരിഗണിക്കാമെന്ന് സുപ്രീംകോടതി പ്രഖ്യാപിച്ചത്. പൊതുവായ ഒരു പ്രശ്നത്തിൽ, വ്യക്തി താൽപ്പര്യം കണക്കാക്കാതെ പ്രവർത്തിക്കുന്ന വ്യക്തിക്കോ, മറ്റ് വിഭാഗങ്ങൾക്കോ, ഇത്തരത്തിൽ ഹർജികൾ ഫയൽ ചെയ്യാമെന്ന് പ്രസ്തുത വിധിയിൽ പ്രഖ്യാപിച്ചിട്ടുണ്ട്. തുടർന്നാണ് പൊതു താൽപ്പര്യ ഹർജികൾ എന്ന ഓമനപ്പേരിൽ ഇത്തരം വ്യവഹാരങ്ങൾ അറിയപ്പെടുവാൻ തുടങ്ങിയത്. പിന്നീടങ്ങോട്ട് സുപ്രീം കോടതിയുടെ ചുവടുപിടിച്ച് വിവിധ ഹൈക്കോടതികളിൽ പൊതു താൽപ്പര്യ ഹർജികളുടെ വാതായനം ജനങ്ങൾക്കുമുമ്പിൽ മലർക്കെ തുറന്നിടുകയുണ്ടായി. നമ്മുടെ കേരളാ ഹൈക്കോടതിയും ഈ രംഗത്ത് നിയതമായ സംഭാവനകൾ നൽകിയിട്ടുണ്ട്. അടുത്തകാലത്ത് പുകവലിക്കെതിരെയും, കൊച്ചി നഗരത്തിലെ കൊതുക് ശല്യത്തിനെതിരെയുംവന്ന ഹൈക്കോടതി വിധികൾ സാമൂഹ്യനീതി നടപ്പിലാക്കുവാൻ അധികൃതരെ നിർദ്ദേശിക്കുന്നതായിരുന്നു. ഏറ്റവും ഒടുവിൽ, പട്ടിണി മരണം, ഇല്ലാതാക്കാൻ ഭരണകൂടം നിതാന്ത ജാഗ്രത പുലർത്തണമെന്നും, ഭക്ഷ്യരംഗത്ത് സ്വയം

പര്യാപ്തത കൈവന്നു എന്ന് ഊറ്റംകൊള്ളുന്ന ഒരു സർക്കാർ പട്ടിണി മരണം നടക്കുന്നത് കാണാതിരിക്കുന്നത് വിരോധാഭാസമാണെന്നും സുപ്രീം കോടതി ഈയിടെ വിധി പുറപ്പെടുവിച്ചിട്ടുണ്ട്.

11.01.2007 ൽ കോമൺ കോസ് എന്ന സംഘടന സമർപ്പിച്ച ഹർജിയിൽ സുപ്രീം കോടതിയുടെ ഒൻപതാംഗ ഭരണഘടന ബഞ്ച് പുറപ്പെടുവിച്ച വിധിയും ഈയവസരത്തിൽ ശ്രദ്ധേയംതന്നെ. ഭരണഘടനയുടെ ഒൻപതാം പട്ടികയിൽ ഉൾപ്പെടുത്തുന്ന നിയമങ്ങൾ മൗലികാവകാശങ്ങൾ ലംഘിക്കുകയാണെങ്കിൽ അവ കോടതിയുടെ പരിശോധനയ്ക്ക് വിധേയമായിരിക്കുമെന്ന് ഭരണഘടന ബഞ്ച് വ്യക്തമാക്കി. കോടതിയുടെ ഇടപെടൽ ഒഴിവാക്കാൻ ഒരു നിയമം ഒമ്പതാം പട്ടികയിൽ ഉൾപ്പെടുത്തുന്നത് മൗലികാവകാശത്തിന്റെ ലംഘനവും ഭരണഘടനയുടെ അടിസ്ഥാനസ്വഭാവത്തിന്റെ തകർച്ചയും ആയിരിക്കുമെന്ന് സുപ്രീം കോടതി പ്രഖ്യാപിക്കുന്നു. 1973 ഏപ്രിൽ 24 ന് ശേഷം ഒൻപതാം പട്ടികയിൽപ്പെടുത്തിയ എല്ലാ നിയമങ്ങൾക്കും ഈ വിധി ബാധകമായിരിക്കും. ഭരണഘടനയുടെ അടിസ്ഥാന സ്വഭാവത്തിൽ മാറ്റംവരുത്താൻ പാർലമെന്റിന് അധികാരം ഇല്ലെന്ന് സുപ്രീം കോടതിയുടെ പതിമൂന്നംഗ ഭരണഘടന ബഞ്ച് കേശവാനന്തഭാരതി കേസിൽ വിധിപറഞ്ഞത്, 1973 ഏപ്രിൽ 24 ന് ആയതിനാലാണ് ആ ദിവസം അടിസ്ഥാനമാക്കുന്നത്. 1951 ലെ ഭരണഘടനാ ഭേദഗതിയിലൂടെയാണ് 9-ാം പട്ടിക നിലവിൽ വരുന്നത്. ഒപ്പം സ്വത്തവകാശമില്ലാതാകുന്ന 31 എ, 31 ബി എന്നീ വകുപ്പുകൾ ചേർക്കപ്പെട്ടു.

അപ്രകാരം ഒമ്പതാം പട്ടികയിൽപ്പെടുന്ന നിയമങ്ങളെ കോടതിയിൽ ചോദ്യംചെയ്യാനാവില്ല. ഒമ്പതാം പട്ടിക ഒരു കവചംപോലെ അത്തരം നിയമങ്ങളെ സംരക്ഷിച്ചുവന്നു. യഥാർത്ഥത്തിൽ പഞ്ചവത്സരപദ്ധതികളുടെ വിജയത്തിനായി കാർഷിക നിയമങ്ങളെ സംരക്ഷിക്കുന്നതിനും, ജമീന്ദാർമാരുടെ മിച്ചഭൂമി കൈവശപ്പെടുത്തുന്നതിനുംവേണ്ടിയാണ് ഒമ്പതാം പട്ടിക നെഹ്റു കൊണ്ടുവന്നത്. അപ്രകാരം 1951 ൽ 13 നിയമങ്ങളാണ് സംരക്ഷിക്കപ്പെട്ടത്. എന്നാൽ പിന്നീട് കാലാകാലങ്ങളിൽ മാറിവന്ന കേന്ദ്ര സംസ്ഥാന സർക്കാരുകൾ അവരുടെ നിക്ഷിപ്ത താൽപ്പര്യങ്ങൾക്കായി ഒമ്പതാം പട്ടിക ഉപയോഗിക്കുകയും അപ്രകാരം ഏതാണ്ട് 284 നിയമങ്ങൾ ഒമ്പതാം പട്ടികയുടെ കവചത്തിൽ സംരക്ഷിക്കപ്പെടുകയുമാണ് ചെയ്തത്. ഇതിനെയാണ് സുപ്രീം കോടതി പൊളിച്ചു കാണിച്ചത്. ഒമ്പതാം പട്ടികയുടെ ഉദ്ദേശ്യം അത്തരം കപട സംരക്ഷണമല്ല എന്നും സുപ്രീം കോടതി ഓർമ്മിപ്പിക്കുന്നു. അങ്ങനെ കോടതി ഇടപെടൽ നോക്കുമ്പോൾ ഭരണരംഗത്ത് കാണുന്ന മരവിപ്പും, ക്രിയാത്മകതയില്ലായ്മയും സാമൂഹ്യനീതി നടപ്പിലാക്കുന്നതിലുള്ള പരാജയമാണെന്നു വരുന്നു. ഇതിനെ കോടതികൾക്ക് തങ്ങളുടെ പുനരവലോകനാധികാരമുപയോഗിച്ച് പരിശോധിച്ച് നിർദ്ദേശങ്ങൾ നൽകാവുന്നതാണ്. എന്നാൽ ഇപ്രകാരം പുനരവലോകനം ചെയ്യുമ്പോൾ കോടതികൾ ഭരണകൂടത്തി

ന്റെയും നിയമനിർമ്മാണ സഭയുടെയും മേഖലകളിൽ കടന്നു കയറു ന്നില്ലേ എന്ന ചോദ്യം സ്വാഭാവികമായും ഉയർന്നുവരാം. പ്രത്യേകിച്ച് ഭരണഘടന ഈ മൂന്ന് സ്ഥാപനങ്ങളുടേയും അധികാരമേഖലകൾക്ക് ലക്ഷ്മണരേഖ വരയ്ക്കാത്ത സാഹചര്യത്തിൽ സർക്കാരിന്റെ ഓരോ തീരുമാനവും ഇപ്രകാരം ജുഡീഷ്യൽ അവലോകനത്തിന് പാത്രമാകു മ്പോൾ ചിലപ്പോഴെല്ലാം പരിധികൾ ലംഘിച്ച് കോടതികൾ കടന്നാക്ര മണം നടത്താറുണ്ട് എന്നത് വാസ്തവമാണ്. എന്നാൽ ഇന്ന് കാണപ്പെ ടുന്ന അവസ്ഥാന്തരത്തിൽ ഭരണകൂടം അതിന്റെ കർത്തവ്യങ്ങൾ മറ ക്കുകയും തിരഞ്ഞെടുപ്പിൽ മത്സരിച്ച് ജയിച്ച് ഭരണത്തിൽവരുന്ന വിവിധ രാഷ്ട്രീയ പാർട്ടികളുടെ സ്ഥാപിത താൽപ്പര്യങ്ങൾക്ക് മുമ്പിൽ പ്രീണ നനയം കാട്ടി സാമൂഹ്യനീതി നടപ്പിലാക്കാതെ വരുമ്പോൾ ഭരണകൂ ടത്തെ കർത്തവ്യനിരതരാക്കാൻ തിരഞ്ഞെടുപ്പിൽ മത്സരിച്ച് അധികാര ത്തിൽ വരാത്ത ന്യായാധിപന്മാർ ഒരുമ്പെടേണ്ടിവരുന്നത് ഇന്ത്യൻ ജനാ ധിപത്യത്തിന്റെ അനാരോഗ്യകരമായ പ്രവണതകളിൽ ഒന്നാണ്. ഇന്ത്യൻ ജുഡീഷ്യറിയുടെ അധികാരം സമീപഭാവിയിൽ പാർലമെന്റ് മറ്റൊരു ഭരണഘടനാ ഭേദഗതിയിലൂടെ വെട്ടിക്കുറയ്ക്കുമോ ഇല്ലയോ എന്നത് കാത്തിരുന്നു കാണേണ്ട സംഗതിയാണ്.

കനിവ്, മാർച്ച് 2007

ഇന്ത്യയിലെ നിയമവാഴ്ച

ബംഗളൂരു നാഷണൽ ലോ സ്കൂളിൽനിന്ന് നിയമബിരുദവും ഓക്സ്ഫഡിൽനിന്ന് നിയമത്തിൽ ബിരുദാനന്തര ബിരുദവും നേടി ബംഗളുരുവിൽ അഭിഭാഷകനായും ഒപ്പം സർക്കാർ സ്ഥാപനങ്ങളുടെ സാമൂഹ്യ പ്രതിബദ്ധത സംബന്ധിച്ച് പഠനം നടത്തുന്ന ദക്ഷ എന്ന സംഘടനയുടെ സ്ഥാപകനുമായ ഹരീഷ് നരസപ്പയുടെ ആദ്യ പുസ്തകമാണ് *ഇന്ത്യയിലെ നിയമവാഴ്ച* അഥവാ *റൂൾ ഓഫ് ലോ ഇൻ ഇന്ത്യ*.

ഓക്സ്ഫഡ് യൂണിവേഴ്സിറ്റിയാണ് ഗ്രന്ഥം പ്രസിദ്ധീകരിച്ചിട്ടുള്ളത്. ആധുനിക ജനാധിപത്യ സമൂഹത്തെ ഭരിക്കേണ്ടത് നിയമമാണ്. അല്ലാതെ മനുഷ്യരല്ല എന്ന ആമുഖവുമായാണ് ഗ്രന്ഥകാരൻ നിയമവാഴ്ച എന്ന സമഗ്ര വിഷയത്തെ സമീപിച്ചിട്ടുള്ളത്. 1949 നവംബർ 26 ന് ഇന്ത്യൻ ഭരണഘടനയുടെ കരട് അംഗീകരിക്കുകയും 1950 ജനുവരി 26 ന് ഇന്ത്യ ഒരു ജനാധിപത്യ റിപ്പബ്ലിക്കായി മാറുകയും ചെയ്തതോടെ 200 കൊല്ലത്തെ ബ്രിട്ടീഷ് കോളനി ഭരണം അവസാനിച്ചു. സ്വാതന്ത്ര്യം നേടിയത് 1947 ആഗസ്ത് 15 ന് ആണെങ്കിലും സ്വന്തമായി ഒരു ഭരണഘടന ഇന്ത്യൻ ജനാധിപത്യത്തിന് ലഭിക്കാൻ വീണ്ടും 2 കൊല്ലംകൂടി കാത്തിരിക്കേണ്ടി വന്നു. ലിഖിതമായ ഒരു ഭരണഘടനയില്ലാത്ത ബ്രിട്ടനെപ്പോലെ മുന്നോട്ട് പോകുവാൻ ഇന്ത്യക്കാകുമായിരുന്നില്ല. കാരണം ജനാധിപത്യത്തിന്റെ കീഴ്‌വഴക്കങ്ങളോ പ്രവർത്തന ക്ഷമതയോ നമുക്ക് അപരിചിതമായിരുന്നു എന്നതുതന്നെ. 400 ൽ പരം നാട്ടുരാജാക്കന്മാർ ഭരിച്ചിരുന്ന ഇന്ത്യ ജനാധിപത്യത്തെക്കാൾ നാടുവാഴിത്തത്തിലായിരുന്നു കേന്ദ്രീകരിച്ചിരുന്നത്. ഇന്ത്യയുടെ ജനാധിപത്യത്തിലേക്കുള്ള പരിവർത്തനത്തിൽ ഗ്രന്ഥകാരൻ 4 വിപ്ലവകരമായ മാറ്റങ്ങൾ ചൂണ്ടിക്കാട്ടുന്നുണ്ട്.

1. ഇന്ത്യ മുതിർന്ന പൗരന് വോട്ടവകാശം നൽകുന്ന ഒരു ജനാധിപത്യ രാഷ്ട്രമായി.
2. ജാതി-മത ജനന സൂചിക എന്നിവയ്ക്ക് അതീതമായി തുല്യത നമ്മുടെ ഭരണഘടനാവകാശമായി എല്ലാ പൗരന്മാർക്കും നൽകുന്നു.
3. ഒരുകൂട്ടം മൗലികാവകാശങ്ങൾ ഭരണഘടന പൗരന്മാർക്ക് ഉറപ്പാക്കിയിട്ടുണ്ട്.
4. നിയമവാഴ്ച ഭരണഘടന ഉറപ്പാക്കുന്നു.

1950 ൽ ഇന്ത്യ റിപ്പബ്ലിക്കൻ ജനാധിപത്യം ആയതു മുതൽ ഇങ്ങോട്ട് ആധുനിക ഇന്ത്യ നേരിടുന്ന ഭരണഘടനാ വെല്ലുവിളികളും അത് നിയമവാഴ്ചയെ എപ്രകാരം ബാധിക്കുന്നുവെന്നതും ഗ്രന്ഥകാരൻ ആഴത്തിൽ പരിശോധിക്കുന്നുണ്ട്. ജനാധിപത്യത്തിന്റെ 3 ഘടകങ്ങളായ നിയമ നിർമ്മാണ സഭ, ഭരണകൂടം, കോടതികൾ എന്നിവ എപ്രകാരം നിയമവാഴ്ച ഉറപ്പാക്കുന്നതിനും പൗരന് നിയമവാഴ്ചയുടെ സംരക്ഷണം നൽകുന്നതിനും പ്രവർത്തിക്കുന്നുവെന്ന് ഈ മൂന്ന് വിഭാഗങ്ങളുടെ പ്രവർത്തനത്തെ വിശദമായി ഗ്രന്ഥത്തിൽ പരിശോധനാവിധേയമാക്കുന്നുണ്ട്. നിയമവാഴ്ച എന്നത് ഗ്രീക്ക് ചിന്തകരായ അരിസ്റ്റോട്ടിൽ, പ്ലേറ്റോ മുതൽ ചാണക്യൻ എന്നിങ്ങനെയുള്ള മഹാരഥന്മാർ വ്യാഖ്യാനിച്ചിട്ടുള്ളതാണെങ്കിലും അതിന്റെ പ്രായോഗികത ആധുനിക സമൂഹത്തിൽ എപ്രകാരം കാണപ്പെടുന്നുവെന്നത് ഗ്രന്ഥത്തിൽ പരിശോധിച്ചിട്ടുണ്ട്. 1975 ൽ ഇന്ദിരാഗാന്ധി പ്രഖ്യാപിച്ച അടിയന്തരാവസ്ഥ രണ്ട് കൊല്ലക്കാലം ഇന്ത്യൻ ജനാധിപത്യം ഏകാധിപത്യത്തിലേക്ക് വഴി മാറ്റപ്പെടുവാൻ ശ്രമിച്ചെങ്കിലും പിന്നീട് അപ്രകാരം സംഭവിച്ചില്ല. എന്നാൽ 2000 ൽ വാജ്പേയ് പ്രധാനമന്ത്രിയായിരിക്കെ ബി ജെ പിയുടെ നേതൃത്വത്തിലുള്ള കേന്ദ്ര സർക്കാർ ഭരണഘടന പുനഃപരിശോധിക്കുന്നതിനായി മുൻ ലോകസഭാ സെക്രട്ടറിയായിരുന്ന ഡോ. എസ് കശ്യപിന്റെ നേതൃത്വത്തിൽ ഒരു കമ്മീഷനെ നിയോഗിച്ചത് പലരും ആശങ്കയോടെ കണ്ടിരുന്നു. കമ്മീഷനോട് സർക്കാർ പ്രധാനമായും ആവശ്യപ്പെട്ടത്, ഭൂരിപക്ഷ ഹൈന്ദവ തത്വശാസ്ത്രത്തിൽ അധിഷ്ഠിതമായ ഒരു ഭരണഘടനാ മൂല്യം ഉയർത്തിപ്പിടിക്കുന്നതരത്തിൽ ഭരണഘടന പുനഃപരിശോധിക്കേണ്ടതിന്റെ ആവശ്യകതയായിരുന്നു. എന്നാൽ ഡോ. കശ്യപ് ഇന്ത്യൻ ഭരണഘടനയുടെ നിലവിലെ മൂല്യങ്ങളുടെ സത്തയാണ് ഇന്ത്യക്ക് അഭികാമ്യം എന്ന തരത്തിലാണ് റിപ്പോർട്ട് നൽകിയത്. ഭരണഘടന വിഭാവന ചെയ്യുന്ന സാമൂഹ്യനീതിയും സാമ്പത്തിക തുല്യത എന്ന സങ്കൽപ്പവും പ്രായോഗികമായി നടപ്പിലാക്കാൻ 70 വർഷമായിട്ടും നമുക്ക് കഴിഞ്ഞില്ലായെന്നത് വലിയ പോരായ്മ തന്നെയാണ്. സാമ്പത്തികവും സാമൂഹ്യവുമായി വിഭവങ്ങൾ ജനങ്ങൾക്ക് തുല്യമായി വിതരണം ചെയ്യുവാൻ വിവിധ സർക്കാരുകൾക്ക് കഴിഞ്ഞിട്ടില്ല. ജനങ്ങൾക്കിടയിൽ സാമ്പ

ത്തിക അന്തരം ഭയാനകമായി വർദ്ധിക്കുന്ന കാഴ്ചയാണ് കാണുന്നത്. ഇന്ത്യയിൽ നിയമവാഴ്ച എന്നത് ഭരണകൂടം ജനങ്ങൾക്കെതിരെ നടത്തുന്ന കടന്നാക്രമണങ്ങൾ ചെറുക്കുവാൻ ഉപയോഗിക്കുന്ന ആയുധം മാത്രമല്ല, മറിച്ച് ഭരണഘടന ഉറപ്പാക്കുന്ന സാമൂഹ്യ നന്മയ്ക്ക് ഉതകും വിധം ഭരണം നടത്തുന്നതിന് ഭരണകൂടത്തെ സജ്ജമാക്കാൻ പ്രേരിപ്പിക്കുന്ന പരിചകളായി പ്രവർത്തിക്കേണ്ടതുണ്ട് എന്ന ഡോ.ഉപേന്ദ്ര ബക്ഷിയുടെ അഭിപ്രായവും ഗ്രന്ഥകാരൻ ഉന്നയിക്കുന്നു. വിശദമായ പഠനങ്ങളിലൂടെയും നിഗമനങ്ങളിലൂടെയും മുന്നോട്ട് നീങ്ങുന്ന ഈ ഗ്രന്ഥം വായനക്കാർക്ക് ഇന്ത്യയുടെ നിയമവാഴ്ചയുടെ പോരായ്മകൾ നന്നായി വിശകലനം ചെയ്ത് നൽകുന്നുണ്ട്. ഗ്രന്ഥകാരന്റെ വിശകലനത്തിൽ ഇന്ത്യയിലെ സമ്പന്നരും അധികാരം ഉള്ളവരും നിയമവാഴ്ച പിന്തുടരാറില്ല. നിയമത്തിന് അതീതരാണെന്ന ഒരു ഉപരിവർഗ്ഗ വിശ്വാസ പ്രമാണം നിലനിർത്തുന്നുമുണ്ട്. എന്നാൽ സാധാരണജനങ്ങൾ നിയമവാഴ്ച അനുസരിക്കാൻ ബാദ്ധ്യസ്ഥരാകുന്നു, കാരണം അവർക്ക് അതല്ലാതെ മറ്റ് മാർഗ്ഗമില്ല എന്നതും ഗ്രന്ഥകാരൻ ഊന്നിപ്പറയുന്നു. നല്ല ഭാഷയിൽ അന്തസ്സായും എന്നാൽ തുറന്ന മനസ്സോടെയും കുറിക്കുകൊള്ളുന്നവിധവും ഭരണഘടനയെയും നിയമനിർമ്മാണസഭയുടെയും കോടതികളുടെയും പ്രവർത്തനങ്ങളെയും നിശിതമായി വിമർശിക്കുന്ന രീതിയിലാണ് ഗ്രന്ഥകാരൻ പുസ്തകം രചിച്ചിട്ടുള്ളത്. ഈ 21-ാം നൂറ്റാണ്ടിൽ ഇന്ത്യൻ ജനാധിപത്യം എവിടെ നിൽക്കുന്നു എന്ന ഗൗരവമായ ചോദ്യം ഗ്രന്ഥകാരൻ വായനക്കാരന്റെ മനസ്സിലേക്ക് എറിഞ്ഞുകൊണ്ടാണ് ഗ്രന്ഥം അവസാനിപ്പിക്കുന്നത്. ചരിത്രകാരനായ രാമചന്ദ്രഗുഹയുടെ നിഗമനം കടമെടുത്താൽ, ഇന്ത്യ പ്രവർത്തിക്കുന്ന അരാജകത്വവും പ്രവർത്തിക്കാത്ത ജനാധിപത്യവുമാണ് എന്ന് ചിലപ്പോൾ നിരീക്ഷണത്തിൽ വെളിവാകുന്നുവെന്നും പൂർണ്ണ നിയമവാഴ്ച എത്തിയ ഒരു സിവിൽ സമൂഹമെന്ന് വിളിക്കാൻ നമുക്ക് ഒത്തിരിദൂരം സഞ്ചരിക്കേണ്ടതുണ്ട് എന്ന ആശയവും സൂചിപ്പിച്ചുകൊണ്ട് പുസ്തകം അവസാനിക്കുകയാണ്.

കലാകൗമുദി, 2019 മെയ് 26-ജൂൺ 02

റൂൾസ് ഓഫ് ബിസിനസ്സ് എന്ത്, മാറ്റം എന്തിന്?

നമ്മുടെ ജനാധിപത്യ സംവിധാനത്തിൽ സംസ്ഥാനങ്ങളുടെ വ്യവസ്ഥാപിതമായ ഭരണക്രമം സംബന്ധിച്ച ശരിയായൊരു ധാരണ നമുക്ക് വേണ്ടതുണ്ട്. സംസ്ഥാനങ്ങളുടെ ഭരണക്രമം സംബന്ധിച്ച് അനുച്ഛേദം 153 ൽ പറയുന്നത് ഗവർണ്ണറാണ് സംസ്ഥാനങ്ങളുടെ ഭരണത്തലവൻ എന്നാണ്. പക്ഷേ, ഗവർണ്ണറാണ് ഭരിക്കേണ്ടതെന്ന് ഒരിടത്തും പറയുന്നില്ല. ഭരണാധികാരം ഗവർണ്ണർ വിനിയോഗിക്കുന്നത് ഭരണഘടന അനുസരിച്ചാണെന്ന് അനുച്ഛേദം 154 ൽ പറയുന്നുണ്ട്. ഗവർണ്ണർക്ക് വിവേചനാധികാരമുള്ള ചില മേഖലകളുണ്ട്. വിവേചനാധികാരം ഉപയോഗിക്കാൻ കഴിയാത്ത മേഖലകളിൽ ഗവർണ്ണറെ ഉപദേശിക്കാനോ സഹായിക്കാനോ മുഖ്യമന്ത്രിയുടെ നേതൃത്വത്തിലുള്ള കൗൺസിൽ ഓഫ് മിനിസ്റ്റേഴ്സ് വേണമെന്ന സങ്കല്പമാണ് ഭരണഘടന മുന്നോട്ടുവയ്ക്കുന്നത്. ഭരണഘടനയുടെ അനുച്ഛേദം 165(2) ൽ മുഖ്യമന്ത്രിയും അദ്ദേഹത്തിന്റെ ക്യാബിനറ്റും ലെജിസ്ലേച്ചറിനോട് കൂട്ടുത്തരവാദപ്പെട്ടിരിക്കുന്നു എന്നാണ് പറയുന്നത്.

ഭരണഘടനാ അനുച്ഛേദം 166 ൽ മൂന്ന് ഉപ അനുച്ഛേദങ്ങളുണ്ട്. സർക്കാരിന്റെ ഭരണപരമായ എല്ലാ തീരുമാനങ്ങളും ഗവർണ്ണറുടെ പേരിലാണ് ഇറക്കേണ്ടതെന്നാണ് ഒന്നാമത്തെ ഉപച്ഛേദം പറയുന്നത്. യഥാർത്ഥത്തിൽ ഗവർണ്ണറല്ല ഭരണം നടത്തുന്നത്, ഗവർണ്ണറുടെ പേരിലാണ് ഭരണം നടക്കുന്നതെങ്കിലും മുഖ്യമന്ത്രിയുടെ നേതൃത്വത്തിലുള്ള മന്ത്രിസഭയാണ് ഭരണം നടത്തുന്നത്. ഗവർണ്ണറുടെ പേരിൽ ഇറക്കുന്ന ഉത്തരവുകളൊന്നും ഭരണഘടനാലംഘനങ്ങളില്ലെങ്കിൽ കോടതികളിൽ ചോദ്യം ചെയ്യാൻ പാടില്ലെന്ന് രണ്ടാമത്തെ ഉപച്ഛേദം പറയുന്നു. മൂന്നാമത്തെ ഉപ അനുച്ഛേദമാണ് പ്രധാനം. ഭരണം നടത്തുന്നതിനുവേണ്ടി

ഗവർണ്ണർ ഉചിതമായ ചട്ടങ്ങൾ പാസ്സാക്കണമെന്നാണ് മൂന്നാമത്തെ ഉപച്ഛേദം പറയുന്നത്. ഇതിന്റെ അടിസ്ഥാനത്തിൽ മുഖ്യമന്ത്രിയുടെയും അദ്ദേഹത്തിന്റെ മന്ത്രിസഭയിലുള്ള മന്ത്രിമാരുടെയും ചുമതലകൾ നിശ്ചയിക്കുന്നത് ഇത്തരം ചട്ടങ്ങളാണ്. ഇതിന്റെ അടിസ്ഥാനത്തിലാണ് കേരള ഗവൺമെന്റ്, ഗവൺമെന്റ് ഓഫ് കേരള റൂൾസ് ഓഫ് ബിസിനസ്സ് പാസ്സാക്കിയത്. ഗവൺമെന്റിന്റെ ചുമതലകൾ എന്തൊക്കെയാണ്, ഗവൺമെന്റ് പ്രവർത്തിക്കേണ്ടത് എങ്ങനെയാണെന്നൊക്കെയാണ് ഈ ചട്ടത്തിൽ വ്യക്തമാക്കുന്നത്. കേരള സർക്കാരിന്റെ റൂൾസ് ഓഫ് ബിസിനസ്സ് ഒരു സബോർഡിനേറ്റ് ലെജിസ്ലേഷനാണ്. നിയമസഭയിൽ അവതരിപ്പിച്ച് പാസ്സാക്കിയെടുത്തൊരു ചട്ടമാണിത്. ഇതനുസരിച്ചാണ് ഗവൺമെന്റ് പ്രവർത്തിക്കുന്നത്.

ഇതിൽ മൂന്ന് ഘടകങ്ങളുണ്ട്. ഒന്നാമത്തേത് മുഖ്യമന്ത്രിയാണ്. രണ്ടാമത്തേത് കൗൺസിൽ ഓഫ് മിനിസ്റ്റേഴ്സാണ്. മൂന്നാമത്തേത് സെക്രട്ടറിമാരാണ്. ചീഫ് സെക്രട്ടറി മുതൽ താഴേക്ക് വരുന്ന അണ്ടർ സെക്രട്ടറി വരെയുള്ളവരാണ് സെക്രട്ടറി ഗണത്തിൽ വരുന്നത്. മുഖ്യമന്ത്രിയെയും മന്ത്രിമാരെയും ഭരണനിർവ്വഹണ ചുമതലകളിൽ സഹായിക്കുന്നതിന് വേണ്ടി വർത്തിക്കുന്ന നെടുംതൂണുകളാണ് സെക്രട്ടറിമാർ. കേരള സർക്കാരിന്റെ റൂൾസ് ഓഫ് ബിസിനസ്സ് പരിശോധിക്കുമ്പോൾ മുഖ്യമന്ത്രിയുടെയും മന്ത്രിമാരുടെയും ചുമതലകൾ പറയുന്നുണ്ട്. പക്ഷേ, സെക്രട്ടറിമാരുടെ ചുമതലകൾ സെക്രട്ടേറിയറ്റ് മാനുവൽ എന്ന ഇതിനോട് ബന്ധപ്പെട്ടിട്ടുള്ള മാനുവലിലാണ് പറയുന്നത്. അതൊരു ചട്ടമാണെങ്കിലും കേരള സർക്കാരിന്റെ റൂൾസ് ഓഫ് ബിസിനസ്സിന്റെ ഉപഘടകമായി വരുന്നൊരു നിയമം തന്നെയാണ്. കേരള സർക്കാരിന്റെ റൂൾസ് ഓഫ് ബിസിനസ്സിനകത്ത് ഒന്നുമുതൽ മൂന്നുവരെ പാർട്ടുകളുണ്ട്. അതിനുശേഷം മൂന്ന് ഷെഡ്യൂളുകളുണ്ട്.

സർക്കാരിന്റെ ചുമതലകൾ ഓരോരുത്തർക്ക് നിർവ്വചിച്ച് കൊടുക്കുന്നത് എങ്ങനെയാണെന്നാണ് പാർട്ട് ഒന്നിൽ വ്യക്തമാക്കിയിരിക്കുന്നത്. പാർട്ട് ഒന്നിലെ റൂൾ 7 ആണ് പ്രധാനപ്പെട്ടത്. അതിൽ ഭരണഘടനയിലെ 165(2) മത് അനുച്ഛേദത്തിൽ പറയുന്നതുപോലെ മന്ത്രിസഭ എന്നത് കൂട്ടുത്തരവാദിത്വമുള്ളതാണെന്ന് വ്യക്തമാക്കിയിട്ടുണ്ട്. അതിൽ മുഖ്യമന്ത്രിക്ക് വിശേഷിച്ച് വിവേചനാധികാരങ്ങളൊന്നുമില്ല; ഭരണഘടന അനുസരിച്ചുമില്ല, റൂൾസ് ഓഫ് ബിസിനസ്സ് അനുസരിച്ചുമില്ല. റൂൾസ് ഓഫ് ബിസിനസ്സ് ഭരണഘടനയുടെ ഉപചട്ടമാണ്. അങ്ങനെയാണെങ്കിലും തുല്യന്മാരുടെ ഇടയിൽ ഒന്നാമൻ എന്ന സ്ഥാനം മുഖ്യമന്ത്രിക്കുണ്ട്. ഓരോ മന്ത്രിമാരിലും നിക്ഷിപ്തമായിട്ടുള്ള വകുപ്പധികാരങ്ങൾ ക്യാബിനറ്റിൽ ചർച്ച ചെയ്ത് അവർ വിനിയോഗിക്കേണ്ടതാണെന്ന് റൂൾ 7 ൽ വ്യക്തമാക്കിയിട്ടുണ്ട്. ഓരോ മന്ത്രിയും അവർക്ക് അനുവദിക്കപ്പെട്ടിട്ടുള്ള വകുപ്പിൽ തീരുമാനമെടുക്കേണ്ടതാണെന്നും ആ വകുപ്പിന്റെ പ്രാഥമികമായ ഉത്തരവാദിത്വം വകുപ്പ് മന്ത്രിക്കായിരിക്കുമെന്നും റൂൾ 9 വ്യക്തമാക്കുന്നുണ്ട്.

മന്ത്രിസഭയുടെ നടപടിക്രമങ്ങൾ എങ്ങനെയാണെന്നാണ് റൂൾസ് ഓഫ് ബിസിനസ്സിന്റെ പാർട്ട് രണ്ടിൽ പറയുന്നത്. ചീഫ് സെക്രട്ടറിയാണ് ക്യാബിനറ്റിൽ വരേണ്ട വിഷയങ്ങൾ ക്യാബിനറ്റിൽ സമർപ്പിക്കേണ്ട തെന്ന് പാർട്ട് രണ്ടിൽ പറയുന്നു. റൂൾ 8, 14, 34 എന്നിവ വളരെ പ്രധാന മാണ്. റൂൾ 8 ൽ മുഖ്യമന്ത്രിക്ക് വിവേചനാധികാരമുണ്ട് എന്ന സൂചന യുണ്ട്. ക്യാബിനറ്റിൽ ഏതൊക്കെ വിഷയങ്ങൾ വരണമെന്ന് മുഖ്യമ ന്ത്രിക്ക് തീരുമാനിക്കാം. രണ്ടാം ഷെഡ്യൂളിൽ വരുന്ന വിഷയങ്ങളിൽ ഏതെങ്കിലും ക്യാബിനറ്റിൽ സമർപ്പിക്കണമെന്ന് മുഖ്യമന്ത്രിക്ക് തോന്നി യാൽ അത് സംബന്ധിച്ച് ചീഫ് സെക്രട്ടറിക്ക് നിർദ്ദേശം നൽകാൻ മുഖ്യ മന്ത്രിക്ക് സാധിക്കും. രണ്ടാമത്തെ ഷെഡ്യൂളിൽ പറയുന്ന എല്ലാ വിഷ യങ്ങൾ സംബന്ധിച്ചും ക്യാബിനറ്റ് തീരുമാനം എടുത്തിരിക്കണമെന്നാണ് റൂൾ 14 വ്യക്തമാക്കുന്നത്. റൂൾ 34 ൽ 25 ഐറ്റങ്ങൾ ഷെഡ്യൂൾ ചെയ്തി ട്ടുണ്ട്. ഈ വിഷയങ്ങളെല്ലാം മുഖ്യമന്ത്രി നിർബന്ധമായും ക്യാബിന റ്റിൽ സമർപ്പിക്കേണ്ടതാണെന്ന് സൂചിപ്പിച്ചിട്ടുണ്ട്.

കേരള സർക്കാരിന്റെ റൂൾസ് ഓഫ് ബിസിനസ്സ് പ്രധാനമായും എടു ത്തുപറയുന്ന രണ്ടുവകുപ്പുകളുണ്ട്. ധനവകുപ്പും നിയമവകുപ്പുമാണത്. സംസ്ഥാനത്തിന് സാമ്പത്തിക ബാദ്ധ്യത വരുന്ന എല്ലാ വിഷയങ്ങളും ധനകാര്യവകുപ്പിന്റെ അഭിപ്രായത്തോടെ മാത്രമേ തീരുമാനിക്കാൻ പാടുള്ളൂ എന്ന് ഇതിൽ വ്യക്തമാക്കിയിട്ടുണ്ട്. നിയമപരമായി സംസ്ഥാ നത്തിന് ബാദ്ധ്യതവരുന്നതോ നിയമപരമായി കോടതികളിൽ ഉത്തരം പറയേണ്ട നയപരമായ വിഷയങ്ങൾ വരികയാണെങ്കിൽ നിയമവകുപ്പിന്റെ അഭിപ്രായം തേടേണ്ടതാണെന്നും റൂൾസ് ഓഫ് ബിസിനസ്സിൽ വ്യക്ത മാക്കിയിട്ടുണ്ട്. നിയമം നിർമ്മിക്കുമ്പോൾ അതിൽ ഭരണഘടനാ ലംഘ നങ്ങളുണ്ടോയെന്ന വിഷയത്തിലും തീരുമാനം പറയേണ്ട വകുപ്പാണ് നിയമ വകുപ്പ്. റൂൾ 37, 44 മാണ് ധനകാര്യവകുപ്പിന്റെ അധികാരങ്ങളും നിയമവകുപ്പിന്റെ അധികാരങ്ങളും വ്യക്തമാക്കുന്നത്.

ഷെഡ്യൂൾ 1 പ്രധാനപ്പെട്ടതല്ല. അത് പൊതുവായിട്ടുള്ള ഭരണരീ തിയാണ്. ഷെഡ്യൂൾ 2-ലാണ് ക്യാബിനറ്റിൽ വരേണ്ട വിഷയങ്ങൾ വ്യക്തമാക്കിയിട്ടുള്ളത്. ക്യാബിനറ്റിന്റെ പരിഗണനയിൽ വരേണ്ട 42 വിഷ യങ്ങൾ ഇതിൽ സൂചിപ്പിച്ചിട്ടുണ്ട്. നയപരമായ കാര്യങ്ങൾ തീരുമാനി ക്കപ്പെടേണ്ടതിന്റെ സൂചനയാണ് ഷെഡ്യൂൾ മൂന്നിലുള്ളത്. ഇതാണ് കേരള സർക്കാരിന്റെ റൂൾസ് ഓഫ് ബിസിനസ്സിന്റെ ആറ്റിക്കുറുക്കിയ ഏകദേശചിത്രം.

നിലവിലെ വിവാദങ്ങളും യാഥാർത്ഥ്യങ്ങളും

സെക്രട്ടറി തലത്തിലാണ് സർക്കാരിന്റെ നയപരമായ കാര്യങ്ങൾ തീരുമാനിക്കപ്പെടുന്ന ഫയലുകൾ രൂപപ്പെടേണ്ടത്. അണ്ടർ സെക്രട്ടറി യാണ് സെക്രട്ടറി തലത്തിലെ ഏറ്റവും താഴ്ന്ന പദവിയിലുള്ള ഉദ്യോഗ സ്ഥൻ. അദ്ദേഹത്തിന് താഴെ സെക്ഷൻ ഓഫീസർമാരും ക്ലാർക്കുമാരു

മുണ്ട്. ഒരു ഫയൽ എഴുതിയുണ്ടാക്കുന്നത് ക്ലാർക്കാണ്. സെക്രട്ടറിയേറ്റിലെ ഭരണസംവിധാന രീതിയനുസരിച്ച് ഒരു ക്ലാർക്ക് എഴുതിയുണ്ടാക്കി തൊട്ടുമുകളിലുള്ള ഉദ്യോഗസ്ഥനെ സമർപ്പിക്കുന്ന ഫയൽ അവിടെ നിന്നും ശ്രേണീബദ്ധമായി ഓരോ ഉദ്യോഗസ്ഥരിലൂടെ കൈമാറ്റപ്പെട്ടാണ് ഒടുവിൽ തീരുമാനമെടുക്കുന്ന വകുപ്പ് സെക്രട്ടറിയുടെയോ ചീഫ് സെക്രട്ടറിയുടെയോ സമീപം എത്തുന്നത്. ചില ഫയലുകൾ ഒച്ചിഴയുന്ന വേഗതയിലാണ് എത്തുന്നതെങ്കിൽ പിടിപാടുള്ളവർക്ക് ചില ഫയലുകൾ വളരെ വേഗത്തിലും നീക്കാൻ സാധിക്കും. ഭൂരിപക്ഷം ഫയൽ നീക്കങ്ങളും ഒച്ചിനെക്കാൾ ഭയാനകമായവിധം സാവധാനത്തിലാണ് നടക്കുന്നത്. ഇത്തരത്തിൽ മുകളിലെത്തി മുഖ്യമന്ത്രിയോ വകുപ്പുമന്ത്രിയോ കണ്ട ഫയൽ ഇതേ സംവിധാനത്തിലൂടെ ഓരോ പടികൾവീതം ഇറങ്ങി സാവധാനത്തിലേ തീരുമാനം നടപ്പിലാക്കേണ്ട സംവിധാനത്തിലേക്ക് എത്തുകയുള്ളൂ. ഇതും വളരെ സാവധാനം നടക്കുന്ന ഒരു പ്രക്രിയയാണ്. ഈ സംവിധാനത്തിന്റെ താമസം മനസ്സിലാക്കിയാണ് ഫയലുകൾ ഇങ്ങനെ ഒച്ചിഴയുന്ന വേഗത്തിൽ നീങ്ങിയാൽ പറ്റില്ലെന്ന് മുഖ്യമന്ത്രി വ്യക്തമാക്കിയത്.

ഭരണദ്രുതഗതി ഭരണഘടന വിവക്ഷിക്കുന്ന ഒരു കാഴ്ചപ്പാടാണ്. നിലവിലെ സംവിധാനത്തിൽനിന്നും വ്യത്യസ്തമായി ഭരണദ്രുതഗതി വേണമെന്ന ഒരു ചിന്ത രൂപപ്പെട്ടതിന്റെ കാരണം ഇതെല്ലാമാകാം. ബിസിനസ്സ് റൂൾസിലെ മൂന്നാം ഷെഡ്യൂളിൽ പറയുന്ന കാര്യങ്ങൾ സംബന്ധിച്ച ചട്ടങ്ങളിൽ ഭേദഗതി വരുത്താനുള്ള അധികാരം ചീഫ് സെക്രട്ടറിക്കുണ്ട്. ചീഫ് സെക്രട്ടറിയുടെ ശുപാർശ ക്യാബിനറ്റ് അംഗീകരിച്ചെങ്കിൽ മാത്രമേ അത് ചട്ടമാകാൻ വഴിയുള്ളൂ. നിയമസഭയിൽ കൊണ്ടുവന്ന് പാസ്സാക്കിയാൽ മാത്രമേ അത് ചട്ടമാകുകയുള്ളൂ. ഇതിന്റെ അടിസ്ഥാനത്തിലാണ് അന്നത്തെ അഡീഷണൽ ചീഫ് സെക്രട്ടറിയായിരുന്ന ബിശ്വാസ് മേത്തയുടെ നേതൃത്വത്തിലുള്ള കമ്മിറ്റിയെ മേൽ സൂചിപ്പിച്ച മൂന്നാം ഷെഡ്യൂളിലെ ചട്ടങ്ങളിൽ ഭേദഗതി വരുത്താനുള്ള നിർദ്ദേശങ്ങൾ സമർപ്പിക്കാൻ നിയോഗിക്കുന്നത്. അന്ന് ടോം ജോസായിരുന്നു ചീഫ് സെക്രട്ടറി. ഈ ചട്ടങ്ങൾ ഭേദഗതി ചെയ്യാനുള്ള അധികാരം ചീഫ് സെക്രട്ടറിക്കാണെന്ന് നേരത്തെ പറഞ്ഞല്ലോ. എന്തായാലും ഇതിൽ ഭേദഗതി വരുത്താനുള്ള നിർദ്ദേശങ്ങൾ സമർപ്പിക്കാനായാണ് സർക്കാർ ഒരു സബ് കമ്മിറ്റിയെ നിയോഗിച്ചത്.

ഭരണത്തിന് ദ്രുതഗതി വരാനായാണ് ഈ കമ്മിറ്റി ചില നിർദ്ദേശങ്ങൾ മുന്നോട്ടുവച്ചത്. ഫയലുകൾപോകുന്ന വഴികളിലെ അനാവശ്യ കാലതാമസങ്ങൾ ഈ കമ്മിറ്റി വിശദമായി വിലയിരുത്തിയെന്നാണ് മനസ്സിലാക്കുന്നത്. വകുപ്പ് മന്ത്രിമാർ കണ്ടാലും ചില ഫയലുകൾ മുഖ്യമന്ത്രി കാണണം. മുഖ്യമന്ത്രി കണ്ടാലും ചില ഫയലുകൾ വകുപ്പുമന്ത്രിമാർ കാണണം. പിന്നീട് സെക്രട്ടറി തലത്തിലും ഈ ഫയലുകൾ പരിശോധിക്കപ്പെടണം. ഇത്തരത്തിൽ മന്ദഗതിയിലുള്ള ഫയലുകളുടെ ചല

നാത്മകതയെ ദ്രുതഗതിയിലാക്കാൻ എന്തെല്ലാം ഭേദഗതികൾ കൊണ്ടു വരാം എന്നാണ് ബിശ്വാസ് മേത്തയുടെ നേതൃത്വത്തിലുള്ള കമ്മിറ്റി പരിശോധിച്ചതെന്നാണ് എന്റെ ബോദ്ധ്യം. വേണമെന്നുണ്ടെങ്കിൽ ചില ഫയലുകൾ മന്ത്രിതലത്തിൽ കാണാതെ മുഖ്യമന്ത്രിക്ക് നേരിട്ട് കാണാമെന്ന ഒരു നിർദ്ദേശം ഈ കമ്മിറ്റി മുന്നോട്ടുവച്ചിട്ടുണ്ടെന്നാണ് വാർത്തകളിൽനിന്ന് മനസ്സിലാക്കുന്നത്. എന്നാൽ ഈ നിർദ്ദേശത്തിന്റെ വിശദാംശങ്ങൾ ലഭ്യമല്ലാത്തതിനാൽ ആധികാരികമായി ഈ വിഷയം പറയാനും പരിമിതിയുണ്ട്.

ഈ നിർദ്ദേശമാണ് മന്ത്രിസഭയുടെ കൂട്ടുത്തരവാദിത്വം ഇല്ലാതാക്കി മുഖ്യമന്ത്രിയിൽ അധികാരമെല്ലാം കേന്ദ്രീകരിക്കപ്പെടുന്നു എന്ന നിലയിലുള്ള വാർത്തകൾക്ക് അടിസ്ഥാനമായത് എന്നാണ് മനസ്സിലാക്കുന്നത്. ഈ വാർത്തകളിൽ കഴമ്പുണ്ടെങ്കിൽ അത് ഭരണഘടനയുടെ അനുച്ഛേദം 165(2), 165(3) ന്റെയും ലംഘനമാണ്. അതാത് വകുപ്പിന്റെ ചുമതല അതാത് മന്ത്രിമാർക്കാണ്. നിയമസഭയിൽ ഓരോ വകുപ്പിനെയും സംബന്ധിച്ച ചോദ്യങ്ങൾക്ക് ഉത്തരം പറയേണ്ടത് അതാത് വകുപ്പുമന്ത്രിമാരാണ്. മന്ത്രിമാർക്ക് കൂട്ടുത്തരവാദിത്വമുണ്ടെന്ന് പറയുന്ന അനുച്ഛേദങ്ങളെ ചട്ടങ്ങൾ കൊണ്ട് ഭേദഗതിചെയ്യാൻ സാധിക്കില്ലെന്നാണ് എന്റെ അഭിപ്രായം. അതിന് വേണ്ടത് ഭരണഘടനാ ഭേദഗതി തന്നെയാണ്. കൂട്ടുത്തരവാദിത്വം എന്ന വാക്ക് മാറ്റിയിട്ട് ഭരണച്ചുമതലയിൽ ഗവർണ്ണറെ സഹായിക്കാനായി പൂർണ്ണ ഉത്തരവാദിത്വം മുഖ്യമന്ത്രിക്കാണ് എന്ന ഭേദഗതിവന്നാൽ മാത്രമേ ഇപ്പോൾ പുറത്തു വരുന്ന വാർത്തകൾ പ്രകാരമുള്ള മാറ്റം സാധ്യമാകുകയുള്ളൂ. ചട്ടങ്ങളിലൂടെ അത്തരമൊരു ഭേദഗതി കൊണ്ടുവന്നാൽ നിശ്ചയമായും അത് ഭരണഘടനാലംഘനമാണെന്നാണ് ഞാൻ മനസ്സിലാക്കുന്നത്. അത്തരത്തിൽ ചട്ടത്തിൽ ഭേദഗതി വരാൻ സാദ്ധ്യതയുണ്ടെന്ന് കരുതുന്നില്ല.

ഭരണരീതി സുഗമമാക്കുന്നതിനുവേണ്ടി ചട്ടങ്ങളിലെ നടപടിക്രമങ്ങൾ ലഘൂകരിക്കാൻ കഴിയുമോ എന്നാണ് മേൽ സൂചിപ്പിച്ച സബ് കമ്മിറ്റി പരിശോധിച്ചത്. അതിനനുസരിച്ചുള്ള നിർദ്ദേശങ്ങളാണ് അവർ സമർപ്പിച്ചിരിക്കുക. ഭരണഘടനയിലെ അനുച്ഛേദങ്ങളെക്കുറിച്ച് വ്യക്തമായ ധാരണയുള്ള ഉദ്യോഗസ്ഥർ ഭരണഘടനാ ലംഘനത്തിന് വഴിവയ്ക്കുന്ന നിലയിൽ ചട്ടം ഭേദഗതി ചെയ്യാൻ നിർദ്ദേശം നൽകിയെന്ന് പറയുന്നത് തൽക്കാലം വിശ്വാസത്തിലെടുക്കുന്നുമില്ല. എന്തായാലും ബിശ്വാസ് മേത്തയുടെ നേതൃത്വത്തിലുള്ള കമ്മിറ്റി സമർപ്പിച്ച നിർദ്ദേശങ്ങൾ മന്ത്രിമാർ ഉൾപ്പെടുന്ന ഒരു സബ്കമ്മിറ്റി പരിശോധിക്കുന്നുണ്ട്. അവർ ഭരണഘടനയുടെ അന്തഃസത്ത ഉൾക്കൊള്ളുന്ന ഭേദഗതി നിർദ്ദേശങ്ങൾ മാത്രമേ സ്വീകരിക്കൂ എന്ന് ഉറച്ചു വിശ്വസിക്കുന്നു.

കേരള സർക്കാരിന്റെ റൂൾസ് ഓഫ് ബിസിനസ്സിലെ ചട്ടം 37 പ്രകാരം സംസ്ഥാന ഗവൺമെന്റിന് സാമ്പത്തിക ബാദ്ധ്യതയുണ്ടാകുന്ന എല്ലാ വിഷയങ്ങളും ധനകാര്യവകുപ്പ് പരിശോധിക്കണമെന്ന് വ്യക്തമാക്കപ്പെ

ട്ടിട്ടുണ്ട്. അതിൽ നിശ്ചിതമായ ഒരു തുകയുടെ പരിധി വച്ചിട്ടില്ല. നയപരമായോ ചുമതലാപരമായോ സാമ്പത്തിക ബാദ്ധ്യതയുണ്ടാകുന്ന എല്ലാ വിഷയങ്ങളും പരിശോധിക്കണമെന്നാണ് സൂചിപ്പിച്ചിരിക്കുന്നത്. ബിശ്വാസ് മേത്തയുടെ നേതൃത്വത്തിലുള്ള സബ്കമ്മിറ്റി ഇത്ര രൂപയ്ക്ക് മുകളിൽ വരുന്ന തുകയ്ക്ക് മാത്രമേ ധനകാര്യവകുപ്പിന്റെ പരിശോധന വേണ്ടതുള്ളൂ എന്ന ഭേദഗതി നിർദ്ദേശം സമർപ്പിച്ചു എന്ന് ഏതോ ദിനപത്രത്തിൽ വായിച്ച അറിവേയുള്ളൂ. മറ്റുധാരണകളില്ല. അത്തരമൊരു നിർദ്ദേശമുണ്ടെങ്കിൽ അത് ചട്ടവിരുദ്ധമാണെന്ന് പറയാൻ കഴിയില്ല. അങ്ങനെയൊരു ഭേദഗതി ചട്ടത്തിൽ കൊണ്ടുവരുന്നതിൽ ഭരണഘടനാവിരുദ്ധമായ വിഷയങ്ങളുമില്ല. ക്യാബിനറ്റ് ചർച്ച ചെയ്യുന്ന വിഷയമായതിനാൽ അത്തരം വിഷയങ്ങളിൽ സർക്കാരിന് എത്ര സാമ്പത്തിക ബാദ്ധ്യതയുണ്ടെന്ന് വ്യക്തമായ ധാരണയുണ്ടാകും. ഇത്തരം വിഷയങ്ങളിൽ വീണ്ടും ധനകാര്യവകുപ്പിന്റെ അനുവാദം വാങ്ങിക്കേണ്ടതുണ്ടോയെന്ന ചിന്തയിൽ ഭരണഘടനാ ലംഘനമോ ചട്ടലംഘനമോ ഉള്ളതായി മനസ്സിലാക്കുന്നില്ല.

സാമ്പത്തികബാദ്ധ്യത വരുന്ന എല്ലാവിഷയത്തിലും ധനകാര്യവകുപ്പിന്റെ അനുമതി ഇപ്പോൾ ആവശ്യമുണ്ട്. ഇത് പല വിഷയങ്ങളിലും അനാവശ്യ കാലതാമസം വരുത്തുന്നുമുണ്ട്. മന്ത്രിസഭയിൽ ചർച്ചചെയ്ത് മന്ത്രിസഭ കൈകൊണ്ട നയപരമായ ഒരു തീരുമാനത്തിന് മുകളിൽ പുനഃപരിശോധനയ്ക്കുള്ള അവസരം ഇതിലൂടെ ധനകാര്യ ഡിപ്പാർട്ട്മെന്റിന് കൈവരികയാണ്. വകുപ്പുമന്ത്രി എടുത്ത നയപരമായ ഒരു തീരുമാനം അതിന്റെ കീഴെ വരുന്ന ധനകാര്യ ഡിപ്പാർട്ട്മെന്റിന് പുനഃപരിശോധിക്കത്തക്ക വിധത്തിലുള്ള ഒരു അധികാരം വരുന്നുണ്ടോ എന്നതിനാലാണ് തുകയ്ക്ക് ഒരു പരിധി എന്ന ആശയം രൂപപ്പെട്ടതെന്ന് തോന്നുന്നു.

മാറിയ കാലത്തിന്റെ സാദ്ധ്യതകൾ ഉപയോഗിച്ച് ഫയൽ നീക്കത്തിൽ ദ്രുതഗതി ഉണ്ടാകേണ്ടതുണ്ട്. നിലവിലെ ഒച്ചിഴയുന്നവേഗം കാലഹരണപ്പെട്ടുകഴിഞ്ഞു. ക്ലാർക്ക് എഴുതുന്ന ഫയൽ ശ്രേണീബദ്ധമായ പരിശോധനകളിലൂടെ മുകളിലേക്ക് പോകട്ടെ. പക്ഷേ, തീരുമാനമാകുന്ന ഫയലുകൾ മുകളിൽനിന്നും അതേപോലെ ശ്രേണീബദ്ധമായി വീണ്ടും താഴേക്ക് വരേണ്ട ആവശ്യമില്ല. തീരുമാനം ആയ സ്ഥിതിക്ക് അത് നടപ്പിലാക്കേണ്ട വിഭാഗത്തിലേക്ക് നേരിട്ട് പോകുകയാണ് വേണ്ടത്. ഇത്തരത്തിൽ ഫയൽ നീക്കം വൈകിക്കുന്ന അനാവശ്യ നടപടിക്രമങ്ങൾ സംവിധാനം പിന്തുടരുന്നുണ്ട്. ഇതെല്ലാം കാലത്തിനനുസരിച്ച് തിരുത്താനും ഫയൽ നീക്കത്തിലും തീരുമാനം നടപ്പിലാക്കുന്നതിലും പുതിയ കാലത്തിന്റെ സാങ്കേതിക സാധ്യതകളെ പരമാവധി പ്രയോജനപ്പെടുത്തുന്നതിനുമുള്ള ആലോചനകൾ നടക്കേണ്ടതുണ്ട്. അത് സമയബന്ധിതമായി നടപ്പിലാക്കപ്പെടേണ്ടതുണ്ട്. ചട്ടങ്ങളിലെ ഭേദഗതി പോലെ തന്നെ ഇത്തരം ഫയൽ നീക്കങ്ങളുടെ ശ്രേണീബദ്ധതയുടെ

ഭാഗമായ ഉദ്യോഗസ്ഥരുടെ മനോഭാവത്തിലും മാറ്റം വരേണ്ടതുണ്ട്. വേഗത്തിൽ ഫയൽ നീങ്ങി ഒരു തീരുമാനം കഴിയുന്നത്ര വേഗത്തിൽ പ്രാബല്യത്തിൽ വരുത്തണമെന്ന ജാഗ്രതയിലേക്ക് ഉദ്യോഗസ്ഥരുടെ മനോഭാവം മാറണം. ഇതെല്ലാം മനസ്സിൽ വച്ചായിരിക്കണം മുന്നിൽ വരുന്ന ഓരോ ഫയലും ഓരോ ജീവിതമാണെന്ന് ഉദ്യോഗസ്ഥർ തിരിച്ചറിയണമെന്ന് ഭരണത്തിലെത്തിയ ആദ്യകാലത്ത് തന്നെ മുഖ്യമന്ത്രി വ്യക്തമാക്കിയിട്ടുണ്ടാവുക. നയപരമായ ചുമതലാപരമായ ഒരു തീരുമാനം എടുക്കേണ്ട ഫയൽ ബന്ധപ്പെട്ട വകുപ്പു മന്ത്രിയും സെക്രട്ടറിയും ഒപ്പിട്ടു കഴിഞ്ഞാൽ ആ തീരുമാനം എവിടെയാണോ നടപ്പിലാക്കേണ്ടത് അങ്ങോട്ട് നേരിട്ടുപോയി അത് വേഗത്തിൽ നടപ്പിലാക്കാനുള്ള സംവിധാനമാണ് ഉണ്ടാകേണ്ടത്. അത്തരത്തിൽ ഗുണപരമായ ചർച്ചയാണ് ഈ ഘട്ടത്തിൽ ഉയർന്നുവരേണ്ടത്.

കലാകൗമുദി, 2020 ഒക്ടോബർ 25-നവംബർ 01

ഫെഡറലിസത്തിന്റെ അകക്കാഴ്ചകൾ

'**വ്യ**ക്തിപരമായി ഇന്ത്യൻ ഭരണഘടന ഫെഡറലിസത്തിൽ അധിഷ്ഠിതമോ, കേന്ദ്രീകൃതമോ എന്നതിന് ഞാൻ വലിയ പ്രാധാന്യം നൽകുന്നില്ല. മറിച്ച് ഈ ലേബൽ വ്യത്യാസം ഇല്ലാതെ നമ്മുടെ ഭരണഘടന നമുക്ക് നല്ല കാര്യങ്ങളാണ് സംഭാവന ചെയ്യുന്നതെങ്കിൽ ഞാൻ അതാകും സ്വീകരിക്കുക.' ഡോ. രാജേന്ദ്രപ്രസാദ്, ഇന്ത്യയുടെ ആദ്യ രാഷ്ട്രപതി.

ഫെഡറലിസത്തിന് ഉപോൽബലകമായി പ്രത്യേകം സിദ്ധാന്തങ്ങളില്ല. കാരണം ഫെഡറലിസം എന്ന തത്വവും അതിന്റെ പ്രായോഗികതയും വ്യത്യസ്ത രാഷ്ട്രീയ ജനാധിപത്യങ്ങളിൽ കാലാകാലങ്ങളിൽ വ്യത്യസ്തമായിരിക്കും. ലോകമാകെ പരിശോധിച്ചാൽ ഫെഡറലിസത്തിന്റെ രീതികൾ വളരെ കൗതുകകരമാണ്. അമേരിക്കൻ ഐക്യനാടുകളിൽ ഒക്ക്ലഹോമ എന്ന സംസ്ഥാനം അമേരിക്കയോട് ചേർക്കപ്പെട്ടപ്പോൾ അമേരിക്കൻ കോൺഗ്രസ് അതിന്റെ തലസ്ഥാനം 1913 വരെ ഗട്രി ആയിരിക്കണമെന്ന് വ്യവസ്ഥ ചെയ്ത് പ്രമേയം പാസ്സാക്കി. അത് അംഗീകരിച്ച് ഒക്ക്ലഹോമ സംസ്ഥാനമായി അമേരിക്കയിൽ ചേർക്കപ്പെട്ടു. എന്നാൽ 3 കൊല്ലം കഴിഞ്ഞപ്പോൾ ഒക്ക്ലഹോമ സംസ്ഥാന അസംബ്ലി ഗട്രിയിൽനിന്ന് തലസ്ഥാനം ഒക്ക്ലഹോമ നഗരത്തിലേക്ക് മാറ്റിക്കൊണ്ട് നിയമം നിർമ്മിച്ചു. അമേരിക്കൻ സുപ്രീംകോടതിയിൽ സംസ്ഥാനത്തിന്റെ ഈ നിയമം വെല്ലുവിളിക്കപ്പെട്ടു. അതിന് പ്രധാനമായി ഉന്നയിച്ച വാദം സംസ്ഥാനങ്ങളെ അമേരിക്കൻ ഐക്യനാടുകളോട് കൂട്ടിച്ചേർക്കുമ്പോൾ അമേരിക്കൻ കോൺഗ്രസിന് സംസ്ഥാനങ്ങളെ ബന്ധിക്കുന്ന തരത്തിൽ, വ്യവസ്ഥകൾ ഉൾക്കൊള്ളിക്കാൻ അധികാരം ഉണ്ടോ എന്നതായിരുന്നു. സുപ്രീംകോടതിയുടെ ഭൂരിപക്ഷ ബഞ്ച് പറഞ്ഞത്

അമേരിക്കൻ കോൺഗ്രസിന് അപ്രകാരം അധികാരമില്ല എന്നാണ്. അമേരിക്കൻ ഭരണഘടനയിൽ ഫെഡറലിസത്തിന്റെ അതിർവരമ്പുകൾ നിർവ്വചിച്ചിട്ടില്ലെങ്കിൽക്കൂടിയും ഭരണഘടന വിഭാവന ചെയ്യുന്ന സംസ്ഥാനങ്ങളുടെ തുല്യപദവിയും സ്വയം ഭരണാധികാരവും അമേരിക്കൻ ഐക്യനാടുകളുടെ റിപ്പബ്ലിക്കൻ മാതൃക കാത്തുസൂക്ഷിക്കുന്നതിന് അനിവാര്യഘടകമാണ്. ഈ തുല്യത നഷ്ടപ്പെട്ടാൽ അമേരിക്കൻ ജനത സ്വതന്ത്രമായിത്തന്നെ നിലകൊള്ളുമെങ്കിലും ഭരണഘടന വിഭാവന ചെയ്ത ഫെഡറലിസത്തിന്റെ ഉത്തമമാതൃകയായിരിക്കുകയില്ല അത്. ഇന്ത്യൻ ഫെഡറലിസം പരിശോധിക്കുമ്പോൾ അതിൽ അന്തർലീനമായിട്ടുള്ള രണ്ട് പ്രധാന ഘടകങ്ങൾ കേന്ദ്രീകൃതഭരണവും കേന്ദ്രീകൃതമല്ലാത്ത സംസ്ഥാന ഭരണകൂടങ്ങളുമാണ്. ഭരണഘടനയുടെ അനുച്ഛേദം ഒന്ന് പ്രഖ്യാപിക്കുന്നത്, 'ഇന്ത്യ അഥവാ ഭാരതം സംസ്ഥാനങ്ങളുടെ ഒരു കേന്ദ്രീകൃത ഐക്യമാണ്' എന്നാണ്. എന്നാൽ അതിനടുത്തുവരുന്ന അനുച്ഛേദം മൂന്ന് വായിക്കുമ്പോൾ ചിത്രം മാറുകയാണ്. പാർലമെന്റിന് ഏതൊരു സംസ്ഥാനത്തിന്റെയും വിസ്തൃതി വെട്ടിക്കുറയ്ക്കുന്നതിനും വർദ്ധിപ്പിക്കുന്നതിനും അതിന്റെ അതിരുകൾ മാറ്റുന്നതിനും എന്തിനേറെ സംസ്ഥാനത്തിന്റെ പേര് തന്നെ മാറ്റുന്നതിനും അധികാരം നൽകുന്നു. എന്നാൽ അനുച്ഛേദം മൂന്നിന്റെ ഉപ അനുച്ഛേദത്തിൽ അതിനായി രണ്ടു കാര്യങ്ങൾ പറയുന്നുണ്ട്.

1. ഒരു സംസ്ഥാനത്തിന്റെ വിസ്തൃതി കുറയ്ക്കുന്നതിനോ കൂട്ടുന്നതിനോ അവതരിപ്പിക്കുന്ന കരട് നിയമം അപ്രകാരം പാർലമെന്റിൽ അവതരിപ്പിക്കുന്നതിനുമുമ്പ് രാഷ്ട്രപതിയുടെ അംഗീകാരം നേടിയിരിക്കണം.
2. രാഷ്ട്രപതി അതിനായി പ്രസ്തുത കരട് നിയമം അതത് സംസ്ഥാന നിയമസഭയുടെ അഭിപ്രായം ആരായുന്നതിനായി അയച്ച് കൊടുക്കണം.

രാഷ്ട്രപതി എന്നാൽ ഭരണത്തലവനും ഭരണഘടനാത്തലവനും ആണെങ്കിലും അദ്ദേഹം പ്രവർത്തിക്കുന്നത് കേന്ദ്രമന്ത്രിസഭയുടെ സഹായത്താലും ഉപദേശത്താലുമാണ്. മേൽപ്പറഞ്ഞ രണ്ടാമത്തെ ഉപഅനുച്ഛേദം സംസ്ഥാനങ്ങൾക്ക് അഭിപ്രായ മേൽക്കോയ്മ നൽകുന്നു എന്ന് കരുതിയാൽ തെറ്റി. കാരണം അഭിപ്രായം എന്നത് സമ്മതം എന്നല്ല എന്ന് 1960 ൽ ബാബുലാൽ പരേട്ടിന്റെ കേസിൽ സുപ്രീംകോടതി വ്യക്തമാക്കിയിട്ടുണ്ട്.

നമ്മുടെ ഭരണഘടനയിൽ കേന്ദ്രവും സംസ്ഥാനവും തമ്മിൽ അധികാര വികേന്ദ്രീകരണത്തിന് വ്യക്തമായ അതിർവരമ്പുകൾ നിയമ നിർമ്മാണ മേഖലകളിൽ പ്രഖ്യാപിച്ചിട്ടുണ്ടെങ്കിലും, സൂക്ഷ്മമായി പരിശോധിച്ചാൽ സംസ്ഥാനങ്ങളുടെ രാഷ്ട്രീയ അധികാരം പൂർണ്ണമായും സ്വതന്ത്രമായ സ്വയംഭരണാവകാശമല്ല. ഇതിന്റെ പ്രത്യക്ഷ ഉദാഹരണമാണ് ഭരണഘടനയുടെ അനുച്ഛേദം 356. അനുച്ഛേദം 356 ന്റെ

അന്തഃസത്ത എന്നത് ഒരു സംസ്ഥാനത്തിന് ഭരണഘടന വിഭാവന ചെയ്യുന്ന തരത്തിൽ ഭരണനിർവ്വഹണം നടത്താൻ കഴിയാത്ത സാഹചര്യം നിലവിൽ വന്നാൽ കേന്ദ്രസർക്കാരിന് സംസ്ഥാന ഭരണത്തിൽ ഇടപെടാമെന്നും, അതിനായി രാഷ്ട്രപതി ഒരു വിജ്ഞാപനം നടത്തിയാൽ മതിയെന്നും അതിലൂടെ സംസ്ഥാനത്തെ തിരഞ്ഞെടുക്കപ്പെട്ട സർക്കാരിനെ പിരിച്ചുവിട്ട് രാഷ്ട്രപതി ഭരണം ഏർപ്പെടുത്താവുന്നതാണ് എന്നുമാണ്.

അനുച്ഛേദം 356 സസൂക്ഷ്മം വായിച്ചാൽ കിട്ടുന്ന സംഗ്രഹം ഭരണഘടനാ പ്രതിസന്ധി ഉളവായാൽ മാത്രമേ രാഷ്ട്രപതി ഭരണം ഏർപ്പെടുത്താനാവൂ എന്നാണ്. എന്നാൽ ഈ സന്ദേശം തകിടം മറിച്ച് 1951 ൽ ജവഹർലാൽ നെഹ്റു അന്നത്തെ രാഷ്ട്രപതി ഡോ. രാജേന്ദ്രപ്രസാദിന് മേൽ പ്രേരണ ചെയ്ത് പഞ്ചാബ് മുഖ്യമന്ത്രി ഗോപീചന്ദ് ഭാർഗ്ഗവയുടെ സർക്കാരിനെ പിരിച്ചുവിടുകയാണ് ചെയ്തത്. ഗോപീചന്ദ് ഭാർഗ്ഗവയ്ക്ക് സംസ്ഥാന അസംബ്ലിയിൽ കേവല ഭൂരിപക്ഷം ഉണ്ടായിട്ടുകൂടിയാണ് ഇപ്രകാരം സംഭവിച്ചത്. അന്നത്തെ കേന്ദ്ര ആഭ്യന്തരമന്ത്രി സി രാജഗോപാലാചാരി രാഷ്ട്രപതിയെ ഇപ്രകാരം ഉപദേശിച്ചു, ഭാർഗ്ഗവ രാജിവച്ചാൽ പുതിയ മന്ത്രിസഭ രൂപീകരിക്കാൻ അവസരം നൽകരുത്. അതിനായി ഗവർണ്ണർ പ്രത്യേകം റിപ്പോർട്ട് സമർപ്പിക്കും, അതനുസരിച്ച് രാഷ്ട്രപതിഭരണം പഞ്ചാബിൽ തുടർന്നാൽ മതി.

1957 ൽ കേരളത്തിൽ തിരഞ്ഞെടുപ്പിൽ ഭൂരിപക്ഷം ഉണ്ടായിരുന്ന ഇ എം എസിന്റെ ഐക്യകേരള കമ്യൂണിസ്റ്റ് മന്ത്രിസഭയെയും അനുച്ഛേദം 356 ഉപയോഗിച്ച് ജവഹർലാൽ നെഹ്റു പിരിച്ചുവിട്ടത് മറ്റൊരു ചരിത്രം. 1951 മുതൽ ഇന്നുവരെ ചരിത്രം പരിശോധിച്ചാൽ കേന്ദ്ര സർക്കാർ ഏകദേശം 125 തവണ അനുച്ഛേദം 356 പ്രയോഗിച്ച് സംസ്ഥാന ഭരണകൂടങ്ങളെ പിരിച്ച് വിട്ടിട്ടുണ്ട്. ഇത് ഫെഡറൽ സംവിധാനത്തിൽ സംസ്ഥാനങ്ങളുടെ സ്വയം ഭരണാധികാരത്തിൽ, അതായത് രാഷ്ട്രീയ അധികാരത്തിൽ നഗ്നമായി കൈകടത്തുന്ന പ്രവണത തന്നെയാണ്. അനുച്ഛേദം 356 കൂലംകക്ഷമായി പരിശോധിച്ചാൽ കിട്ടുന്ന പരിച്ഛേദം ഇപ്രകാരമാണ്.

1. സംസ്ഥാനങ്ങളുടെ ഭരണത്തലവനായ ഗവർണ്ണറുടെ അധികാര വിധേയത്വം കേന്ദ്രത്തോടാണ്, സംസ്ഥാനത്തോടല്ല. അനുച്ഛേദം 156 പ്രകാരം അഞ്ച് കൊല്ലത്തേക്കാണ് ഗവർണ്ണർ നിയമിക്കപ്പെടുന്നതെങ്കിലും 'രാഷ്ട്രപതിയുടെ സന്തോഷം' ആ കാലഘട്ടത്തെ നിയന്ത്രിക്കുന്നുണ്ട്. അതായത് കേന്ദ്രമന്ത്രിസഭയുടെ ഉപദേശം സംസ്ഥാനത്തിനെതിരായി രാഷ്ട്രപതിക്ക് ലഭിച്ചാൽ സന്തോഷം അസംതൃപ്തിയായി സംസ്ഥാന ഭരണത്തിനെതിരെ മാറും എന്നർത്ഥം.
2. അനുച്ഛേദം 163 പ്രകാരം ഗവർണ്ണർ സംസ്ഥാന സർക്കാരിന്റെ ഉപദേശപ്രകാരമാണ് പ്രവർത്തിക്കേണ്ടത്. എന്നാൽ ഗവർണ്ണർ

എന്നത് ഭരണഘടന പ്രകാരം കേന്ദ്ര സർക്കാരിന്റെ 'കണ്ണും കാതുമായി' പ്രവർത്തിക്കേണ്ട സ്ഥാനം എന്നാണ്.

3. ഒരു സംസ്ഥാനത്തിന്റെ ഭരണം ഭരണഘടനാ തത്വങ്ങളിലൂടെ അല്ല നടക്കുന്നതെന്നും അതിനാൽ സംസ്ഥാനത്തെ ഭരണഘടനാ പ്രതിസന്ധി രൂക്ഷമാണെന്നും ഗവർണ്ണർ റിപ്പോർട്ട് ചെയ്യുന്നത് നേരിട്ട് രാഷ്ട്രപതിക്കാണ്.
4. അപ്രകാരം ഒരു റിപ്പോർട്ട് ലഭിച്ചാൽ അനുച്ഛേദം 74 പ്രകാരം പ്രവർത്തിക്കേണ്ട രാഷ്ട്രപതി പ്രസ്തുത റിപ്പോർട്ട് നേരെ കേന്ദ്ര ആഭ്യന്തര മന്ത്രിക്കാണ് അയച്ചുകൊടുക്കുന്നത്. കേന്ദ്ര ആഭ്യന്തര മന്ത്രി അത് ക്യാബിനറ്റിൽ വയ്ക്കും. തുടർന്നെടുക്കുന്ന തീരുമാനം ഉപദേശമായി രാഷ്ട്രപതിക്ക് ലഭിക്കും. അതനുസരിച്ച് രാഷ്ട്രപതി അനുച്ഛേദം 356 പ്രയോഗിക്കുന്നു.
5. ഗവർണ്ണറുടെ റിപ്പോർട്ടില്ലെങ്കിൽക്കൂടിയും കേന്ദ്ര സർക്കാരിന് സംസ്ഥാനത്ത് രാഷ്ട്രപതി ഭരണം ഏർപ്പെടുത്താൻ ഉപദേശം നൽകുന്നതിനും അനുച്ഛേദം 356 അധികാരം നൽകുന്നുണ്ട്.
6. അനുച്ഛേദം 356 പ്രയോഗിച്ച് കഴിഞ്ഞാൽ രാഷ്ട്രപതി ഭരണമാണ് സംസ്ഥാനത്ത് നടക്കുക എന്ന് വ്യാഖ്യാനിക്കാമെങ്കിലും യഥാർത്ഥത്തിൽ രാഷ്ട്രപതിയുടെ പേരിൽ കേന്ദ്രസർക്കാരാണ് ആ സംസ്ഥാനത്തെ ഭരണം നിർവ്വഹിക്കുന്നത്. പ്രസ്തുത സംസ്ഥാനത്തിലെ എല്ലാ നിയമനിർമ്മാണവും നടത്താൻ പാർലമെന്റിന് അനുച്ഛേദം 356 അധികാരം നൽകുന്നു.

ഭരണഘടന നിലവിൽവന്നശേഷമുള്ള ആദ്യകാലഘട്ടങ്ങളിൽ അനുച്ഛേദം 356 കോടതികൾക്കിടപെടാൻ പറ്റാത്ത നടപടിക്രമമാണെന്ന് പലരും കരുതി. എന്നാൽ അപ്രകാരമല്ല സംഗതി എന്ന് പിന്നീടുവന്ന വിധിന്യായങ്ങൾ വ്യക്തമാക്കിത്തുടങ്ങി. 1992 ഡിസംബറിൽ ഉത്തർപ്രദേശിൽ ബാബറി മസ്ജിദ് തകർക്കപ്പെട്ടപ്പോൾ അസംബ്ലി പിരിച്ചുവിട്ട് രാഷ്ട്രപതി ഭരണം ഏർപ്പെടുത്തിയ നടപടി ഹൈക്കോടതിയിൽ ചോദ്യം ചെയ്യപ്പെട്ടു. ഹൈക്കോടതി രാഷ്ട്രപതിയുടെ നടപടി റദ്ദ് ചെയ്യുകയും ചെയ്തു. ഈ വിധിയും മറ്റു ചില സംസ്ഥാനങ്ങളിലെ വിധികളും സുപ്രീംകോടതിയിൽ അപ്പീലായി സമർപ്പിക്കപ്പെട്ടു. സമാനമായി കർണ്ണാടക, മദ്ധ്യപ്രദേശ്, നാഗാലാൻഡ്, ഹിമാചൽ പ്രദേശ് എന്നീ സംസ്ഥാനങ്ങളും സുപ്രീം കോടതിയെ സമീപിച്ചു. ഇവയെല്ലാം ചേർത്തുള്ള കേസാണ് ചരിത്രപ്രസിദ്ധമായ എസ് ആർ ബൊമ്മെ കേസ് എന്ന പേരിൽ സുപ്രീംകോടതിയുടെ ഒൻപതംഗ ഭരണഘടനാ ബഞ്ച് അനുച്ഛേദം 356 സംബന്ധിച്ച് പ്രഖ്യാപിച്ച സുപ്രധാനവിധി. പ്രസ്തുത വിധിയിൽ സുപ്രീംകോടതി അനുച്ഛേദം 356 പ്രയോഗിക്കുന്നതിന് സുപ്രധാന മാനദണ്ഡങ്ങൾ നിശ്ചയിച്ചു.

1. അനുച്ഛേദം 356 പ്രയോഗിക്കുന്ന നടപടി കോടതിക്ക് പരിശോധിക്കാവുന്നതാണ്.
2. അപ്രകാരം അനുച്ഛേദം 356 പ്രയോഗിക്കുന്നതിന് സംസ്ഥാനങ്ങ

ളിലെ നിലവിലുള്ള സാഹചര്യം വെളിവാക്കുന്ന വസ്തുതകൾ ഉണ്ടായിരിക്കണം. അത് ഗവർണ്ണറുടെ വ്യക്തമായ വസ്തുതാ റിപ്പോർട്ട് ആയിരിക്കണം.

3. അപ്രകാരം ഗവർണ്ണർ കണ്ടെത്തിയ വസ്തുതകൾ പ്രസക്തവും വ്യക്തവും ആയിരിക്കണം.
4. അപ്രകാരം ഗവർണ്ണർ അധികാരം പ്രയോഗിച്ച് റിപ്പോർട്ട് തയ്യാറാക്കുമ്പോൾ ദുരുദ്ദേശമോ, അധികാരദുർവിനിയോഗമോ ചെയ്യാൻ പാടുള്ളതല്ല.
5. ഏതെങ്കിലും കാരണവശാൽ, അനുച്ഛേദം 356 പ്രയോഗിച്ചത് സുപ്രീംകോടതി അസ്ഥിരപ്പെടുത്തിയാൽ രാഷ്ട്രപതി ഭരണം ഏർപ്പെടുത്തുന്നതിന് മുമ്പുള്ള സാഹചര്യം നിലനിർത്തണമെന്നും പ്രഖ്യാപിക്കപ്പെട്ടു.
6. അസംബ്ലി, പിരിച്ചുവിട്ട് പുതിയ തിരഞ്ഞെടുപ്പ് നടത്താൻ രാഷ്ട്രപതി ഉത്തരവിട്ടാൽ അതും റദ്ദ് ചെയ്യാൻ സുപ്രീംകോടതിക്ക് അധികാരം ഉണ്ടെന്ന് ബൊമ്മെ കേസിലെ വിധി വ്യക്തമാക്കുന്നു.

ചുരുക്കത്തിൽ, കേന്ദ്രസർക്കാരിന്റെ താളത്തിനൊത്ത് പ്രവർത്തിക്കുന്ന രാഷ്ട്രപതിമാരുടെ, അനുച്ഛേദം 356 പ്രയോഗിക്കാനുള്ള അധികാരത്തിൽ കർശന നിബന്ധനകളും നിയന്ത്രണങ്ങളും കൊണ്ടുവന്ന വിധിയാണ് ബൊമ്മെ കേസിലെ വിധി. പ്രസ്തുതവിധിക്ക് ചുവടുപിടിച്ച് ഉത്തരാഖണ്ഡ് ഹൈക്കോടതി 2016 ൽ രാഷ്ട്രപതിയുടെ ഉത്തരവ് റദ്ദ് ചെയ്തത് സുപ്രീംകോടതി ശരിവെച്ചിരുന്നു. ഇതുപോലെയാണ് സംസ്ഥാനങ്ങളിലെ ഗവർണ്ണർമാരുടെയും അധികാരം. വിവേചന അധികാരം പ്രയോഗിക്കുന്ന അവസരങ്ങളൊഴിച്ചുള്ള എല്ലാ സന്ദർഭങ്ങളിലും ഗവർണ്ണർ അനുച്ഛേദം 163(1) പ്രകാരം സംസ്ഥാന മന്ത്രിസഭയുടെ ഉപദേശത്തിന് അനുസരിച്ചായിരിക്കണം പ്രവർത്തിക്കേണ്ടത്. ഇത് 1974 ൽ സുപ്രീംകോടതിയുടെ ഒൻപതംഗ ഭരണഘടനാ ബഞ്ച് പ്രസിദ്ധമായ ഷംസർ സിംഗ് കേസിൽ പ്രഖ്യാപിച്ചിട്ടുണ്ട്. രാഷ്ട്രപതിയുടെയും ഗവർണ്ണറുടെയും ഓർഡിനൻസ് പുറപ്പെടുവിക്കുന്നതിനുള്ള അധികാരം ഈ അവസരത്തിൽ ചർച്ചാവിഷയമാകേണ്ടതുണ്ട്. അനുച്ഛേദം 123 രാഷ്ട്രപതിക്കും അനുച്ഛേദം 213 ഗവർണ്ണർക്കും ഓർഡിനൻസ് പുറപ്പെടുവിക്കാൻ അധികാരം നൽകുന്നു. ഓർഡിനൻസ് എന്നാൽ അത്യാവശ്യ സന്ദർഭങ്ങളിൽ പാർലമെന്റോ അസംബ്ലിയോ ചേരാത്ത സമയത്ത് നിയമം നിർമ്മിച്ച് ഭരണം നടത്തുന്നതിന് ഭരണകൂടത്തിന് നൽകുന്ന അധികാരമാണ്. ഇത് ഇന്ത്യൻ പാർലമെന്ററി ജനാധിപത്യത്തിൽ മാത്രം കാണുന്ന പ്രത്യേകതയാണ്. പാർലമെന്റോ സംസ്ഥാന നിയമസഭയോ കൂടിച്ചേരാത്ത അവസരത്തിൽ നിയമനിർമ്മാണത്തിലൂടെ ഭരണത്തുടർച്ച നടത്തേണ്ട സാഹചര്യം വന്നാൽ സർക്കാരിന് ഓർഡിനൻസ് പുറപ്പെടുവിച്ച് ഭരണം നടത്താമെന്ന് അനുച്ഛേദം 123 ഉം 213 ഉം പ്രഖ്യാപിക്കുന്നു. ഇംഗ്ലണ്ടിൽ ഭരണകൂടത്തിന് ഭരണത്തുടർച്ചയ്ക്കായി പാർലമെന്റ്

ചേരാത്ത സന്ദർഭത്തിൽ ഓർഡിനൻസ് പുറപ്പെടുവിച്ച് ഭരണം നടത്താൻ അധികാരമില്ല. അടിയന്തരാവസ്ഥയോ, യുദ്ധസാഹചര്യമോ നിലനിൽക്കുന്നു എങ്കിൽ മാത്രമേ ഓർഡിനൻസ് പുറപ്പെടുവിക്കാനാവൂ. അതായത് ഭരണകൂടത്തിന് നിയമനിർമ്മാണാധികാരം ഓർഡിനൻസിലൂടെ ബ്രിട്ടീഷ് ഭരണഘടന നൽകുന്നില്ല എന്നർത്ഥം. അയർലൻഡിലും ഇതുതന്നെയാണ് നിലനിൽക്കുന്നത്. പാർലമെന്ററി ഫെഡറലിസത്തിന്റെ ഈറ്റില്ലമായ അമേരിക്കയിലും പ്രസിഡന്റിന് ഓർഡിനൻസ് പുറപ്പെടുവിച്ച് ഭരിക്കുന്നതിന് അധികാരമില്ല. 1952 ൽ കൊറിയയുമായുള്ള യുദ്ധത്തിൽ അമേരിക്കൻ പ്രതിരോധ കരാറുകാർക്ക് ധാരാളം ഇരുമ്പുരുക്കിന്റെ ആവശ്യകത നേരിടുകയുണ്ടായി. കാരണം സ്വകാര്യ മില്ലുടമകൾ രാജ്യവ്യാപകമായി സമരത്തിന് ആഹ്വാനം ചെയ്തിരുന്നു. പ്രതിരോധ കരാറുകാർ പ്രസിഡന്റ് ഹാരി എസ് ട്രൂമാനെ സമീപിച്ചു. അമേരിക്കൻ ഭരണഘടനയുടെ അനുച്ഛേദം രണ്ട് പ്രകാരം സർക്കാരിന് സ്വകാര്യ ഇരുമ്പുരുക്ക് മില്ലുകൾ പിടിച്ചെടുക്കാൻ അധികാരം നൽകിക്കൊണ്ട് പ്രസിഡന്റ് ഉത്തരവിറക്കി. ഇത് സ്വകാര്യ മില്ലുടമകളുടെ സമരത്തെ നേരിടാൻ കൂടി ആയിരുന്നു. എന്നാൽ മില്ലുടമകൾ വെറുതെ ഇരുന്നില്ല. അവർ അമേരിക്കൻ സുപ്രീംകോടതിയെ സമീപിച്ചു. അമേരിക്കൻ പ്രസിഡന്റിന് ഏത് കാരണവശാലും, ഉത്തമവിശ്വാസത്തോടുകൂടി ആണെങ്കിൽ പോലും, ഇത്തരത്തിൽ ഒരു ഉത്തരവിറക്കാൻ അധികാരമില്ലെന്ന് സുപ്രീംകോടതി അസന്നിഗ്ദ്ധമായി പ്രഖ്യാപിച്ചു. അതിനായി പ്രസിഡന്റ് അമേരിക്കൻ കോൺഗ്രസിൽ സ്വാധീനം ചെയ്ത കരട് നിയമമായി പാർലമെന്റിൽ അവതരിപ്പിച്ച് നിയമമാക്കണമെന്നും സുപ്രീംകോടതി നിർദ്ദേശിച്ചു. എന്നാൽ ഇവയൊക്കെ മറികടന്ന് പ്രസിഡന്റിന്റെ പ്രത്യേക ഉത്തരവിൽ അമേരിക്കൻ പ്രസിഡന്റ് ഡോണാൾഡ് ട്രംപ് അമേരിക്കൻ ഫെഡറലിസത്തെ ഇപ്പോൾ നയിക്കുകയാണ്.

ഇന്ത്യയിൽ ഭരണഘടനയിലെ ഓർഡിനൻസ് പുറപ്പെടുവിക്കുന്നതിനുള്ള അധികാരം 1935 ലെ ഗവൺമെന്റ് ഓഫ് ഇന്ത്യ ആക്ടിലെ വ്യവസ്ഥകളിൽനിന്ന് കടംകൊണ്ടതാണ്. നിയമനിർമ്മാണസഭ ഈ വ്യവസ്ഥ നമ്മുടെ ഭരണഘടനയിൽ ഉൾപ്പെടുത്തുകയാണ് ചെയ്തത്. അതുമൂലം നിയമനിർമ്മാണ സഭയ്ക്കുമേൽ ഭരണകൂടം അധീശത്വം നേടുന്ന സന്ദർഭങ്ങളും അനവധി ഉണ്ടായിട്ടുണ്ട്. ഇപ്രകാരം പുറപ്പെടുവിക്കുന്ന ഓർഡിനൻസുകൾ നിശ്ചിത പരിധിക്കുള്ളിൽ പാർലമെന്റോ സംസ്ഥാന നിയമസഭയോ ചേരുമ്പോൾ അവതരിപ്പിച്ച് നിയമമാക്കുകയോ നിരാകരിക്കുകയോ ചെയ്യേണ്ടതാണ്. എന്നാൽ ഓർഡിനൻസുകൾ കാലം നീട്ടി സ്ഥിരമാക്കി നിർത്തി ഭരണം നടത്തുന്ന രീതിയും ഇന്ത്യയിൽ വിരളമല്ല. ഈ പ്രവണതയെ 1987 ൽ ഡി സി വാധ്വയുടെ കേസിൽ സുപ്രീംകോടതി ഭരണഘടനാ ബഞ്ച് നിശിതമായി വിമർശിച്ചിട്ടുണ്ട്. ഇപ്രകാരം ഓർഡിനൻസുകൾ കാലം നീട്ടി പാർലമെന്റിലോ സംസ്ഥാന നിയമസഭയിലോ അവതരിപ്പിക്കാതെ കൊണ്ടുപോകുന്ന പ്രവണത ഭരണഘടനാ ചതിയാണെന്ന് സുപ്രീംകോടതി പ്രഖ്യാപിച്ചിട്ടുണ്ട്. ഈ വിധി 2017 ൽ കൃഷ്ണകുമാർ സിംഗ് എന്ന കേസിലും ഏഴ്

അംഗ ഭരണഘടനാ ബഞ്ച് ആവർത്തിക്കുകയുണ്ടായി. എന്നാൽ കേരളം ഇതിനൊരു അപവാദമാണ്. 1957 മുതൽ തിരഞ്ഞെടുക്കപ്പെട്ട ഒരു സർക്കാരും ഓർഡിനൻസ് അനന്തമായി നീട്ടിക്കൊണ്ട് പോയി ഭരണം നടത്തിയിട്ടില്ല എന്നത് ഭരണഘടനാതത്വത്തോട് നാം പുലർത്തുന്ന ഗുണപരമായ സമീപനമാണ്. ബീഹാർ, ഉത്തർപ്രദേശ്, ഹരിയാന തുടങ്ങിയ സംസ്ഥാനങ്ങളിൽ രണ്ട് മുതൽ പതിനാറ് കൊല്ലംവരെ ഓർഡിനൻസുകൾ നീട്ടിക്കൊണ്ട് പോയതാണ് സുപ്രീംകോടതി അസ്ഥിരപ്പെടുത്തിയത്.

ഇപ്രകാരം പരിശോധിക്കുമ്പോൾ ഇന്ത്യൻ ഫെഡറലിസത്തിന്റെ ഭാവി എന്താണെന്ന് സ്വാഭാവികമായും ചിന്തിക്കേണ്ടതുണ്ട്. സംസ്ഥാനങ്ങളുടെ അധികാരത്തിൽ കൈകടത്താൻ നിശ്ചയിച്ച് കേന്ദ്രം അതിനായി പാർലമെന്റിനെ ഉപയോഗിച്ചാൽ സംസ്ഥാനങ്ങളുടെ രാഷ്ട്രീയ സ്വയംഭരണാവകാശം ലംഘിക്കപ്പെടും. ധനകാര്യ സുരക്ഷയ്ക്കും സ്വയം പര്യാപ്തതയ്ക്കും സംസ്ഥാനങ്ങൾക്ക് ഒരു പരിധിവരെ കേന്ദ്രസർക്കാരിനെ ആശ്രയിക്കാതെ തരവുമില്ല. ഈയിടെ 15-ാം ധനകാര്യകമ്മീഷന്റെ സംസ്ഥാനങ്ങൾക്കുള്ള റവന്യൂ സാമ്പത്തിക വിതരണക്രമത്തിൽ കൊണ്ടുവന്ന മാനദണ്ഡങ്ങൾ കേരളം പോലുള്ള സംസ്ഥാനങ്ങൾ ശക്തിയുക്തം എതിർക്കുന്നത് ഇത്തരത്തിലുള്ള സാമ്പത്തിക അസന്തുലിതാവസ്ഥ മുന്നിൽ കണ്ടുകൊണ്ടാണ്. ഇത് ഫെഡറലിസത്തിന്റെ കേന്ദ്രവൽക്കരണം നടക്കുന്നതായി ചൂണ്ടിക്കാണിക്കപ്പെടുന്നുണ്ട്. സംസ്ഥാനങ്ങൾ സാമ്പത്തികമായി സ്വയം പര്യാപ്തതയും വളർച്ചയും നേടണമെങ്കിൽ സാമ്പത്തിക സ്വയംഭരണവും, സമ്പത്തിന്റെ വികേന്ദ്രീകരണവും രാഷ്ട്രീയ സ്വാതന്ത്ര്യാധികാരവും സംസ്ഥാനങ്ങൾക്ക് അനിവാര്യമാണ്. എന്നാൽ കേന്ദ്രത്തെ ആശ്രയിച്ചുള്ള സാമ്പത്തികസംവിധാനം സംസ്ഥാനത്തിന്റെ രാഷ്ട്രീയ സ്വയംഭരണത്തിനും സാമ്പത്തിക വികസനത്തിനും വിലങ്ങുതടിയായി പ്രവർത്തിക്കുന്നുണ്ട്. ശക്തമായ ഒരു ഇന്ത്യയെ സ്വപ്നം കാണുമ്പോൾ ശക്തമായ കേന്ദ്രവും ദുർബലമായ സംസ്ഥാനങ്ങളും എന്ന കാഴ്ചപ്പാട് ഫെഡറലിസത്തിന് കടകവിരുദ്ധമായ നിലപാടാണ്. ഇത് ഭരണഘടനാ വിരുദ്ധവുമാണ്. ഇതായിരുന്നില്ല ഭരണഘടനാ ശിൽപ്പികൾ എഴുപത് കൊല്ലം മുമ്പ് വിഭാവന ചെയ്തിരുന്ന ഫെഡറലിസം. ശക്തവും സ്വയംപര്യാപ്തവും, സ്വയം ഭരണാവകാശവുമുള്ള സംസ്ഥാനങ്ങൾതന്നെയാകും ശക്തവും ഐക്യവുമുള്ളതുമായ ഇന്ത്യയെ വാർത്തെടുക്കുക. അതാണ് ഭരണഘടനയിൽ അന്തർലീനമായിട്ടുള്ള ആത്മീയാവിഷ്കാരം. അപ്രകാരമായെങ്കിൽ മാത്രമേ ഭരണഘടനയുടെ അനുച്ഛേദം ഒന്നിൽ പ്രഖ്യാപിക്കപ്പെട്ടിട്ടുള്ള ഇന്ത്യ അഥവാ ഭാരതം, എന്നാൽ 29 സംസ്ഥാനങ്ങളും ഏഴ് യൂണിയൻ ടെറിറ്ററികളും അടങ്ങുന്ന ഒരു സഞ്ചിതഭൂമിക എന്നതല്ല, മറിച്ച് സ്വയംപര്യാപ്തവും സ്വയംഭരണാവകാശവുമുള്ള സംസ്ഥാനങ്ങളുടെ ഒരു കേന്ദ്രീകൃത ഐക്യമാണ് എന്നുമാകുന്നത്.

കലാകൗമുദി, 2018 ജൂലായ് 29-ആഗസ്റ്റ് 05

പിശാചിന്റെ വക്കീൽ, പറയാത്ത കഥ

പ്രശസ്ത ടെലിവിഷൻ മാധ്യമപ്രവർത്തകനും ബി ബി സിയിൽ ഹാർഡ് ടോക്ക് ഇന്ത്യ, എന്ന സ്ഥിരം അഭിമുഖങ്ങൾ, സി എൻ എൻ-ഐ ബി എൻ ടെലിവിഷനിൽ പിശാചിന്റെ വക്കീൽ എന്ന പരിപാടികൾ ചെയ്ത് പ്രശസ്തനായ കരൺ ഥാപ്പറിന്റെ ആദ്യ പുസ്തകമാണ് *പിശാചിന്റെ വക്കീൽ പറയാത്ത കഥ* (Devil's Advocate, untold story). ഹാർപ്പർ കോളിൻസ് ഇന്ത്യയാണ് പുസ്തകം 2018 ൽ പ്രസിദ്ധീകരിച്ച് വിൽപ്പന നടത്തുന്നത്. ഒരു മാധ്യമപ്രവർത്തകന്റെ ഇന്റർവ്യൂ അനുഭവങ്ങളാണ് വായനക്കാരനെ രസിപ്പിക്കുന്ന വിധത്തിൽ കരൺ ഥാപ്പർ ഈ പുസ്തകത്തിൽ അനാവരണം ചെയ്തിട്ടുള്ളത്. ഇന്ത്യൻ ആർമിയിലെ ഒരു സീനിയർ ജനറലും പിന്നീട് അഫ്ഗാനിസ്ഥാനിൽ അംബാസഡറുമായിരുന്നു കരണിന്റെ പിതാവ്. കരൺ തന്റെ സ്കൂൾ വിദ്യാഭ്യാസം പ്രശസ്തമായ ഡെറാഡൂണിലെ ഡൂൺ സ്കൂളിലായിരുന്നു പൂർത്തിയാക്കിയത്. കോളേജ് വിദ്യാഭ്യാസം ഇംഗ്ലണ്ടിലെ കേംബ്രിഡ്ജിലെ പെംബ്രോക്ക് കോളേജിലും, കേംബ്രിഡ്ജിലെ, കേംബ്രിഡ്ജ് ഡിബേറ്റിങ് സൊസൈറ്റിയിൽ അംഗമായതാണ് തന്റെ കഴിവുകൾ വികസിക്കാൻ ലഭിച്ച സുവർണ്ണാവസരമെന്ന് കരൺ എഴുതുന്നു. ജവഹർലാൽ നെഹ്റു തന്റെ കേംബ്രിഡ്ജ് പഠനകാലത്ത് ഈ സൊസൈറ്റിയിൽ അംഗമായിരുന്നു. പിന്നീട് മോഹൻ കുമാരമംഗലവും സൊസൈറ്റിയിൽ അംഗമായിരുന്നു.

ഡിബേറ്റുകളിൽ പങ്കെടുത്ത് അനവധി സമ്മാനങ്ങൾ നേടിയ കരൺ ക്രമേണ ക്യാമ്പസിൽ പ്രശസ്തനായി. കേംബ്രിഡ്ജിലെ സൊസൈറ്റി പോലെ പ്രധാനപ്പെട്ട ഡിബേറ്റിങ് സൊസൈറ്റിയായിരുന്നു ഓക്സ്ഫോർഡിലെ യൂണിയൻ സൊസൈറ്റി. ഓക്സ്ഫോർഡ് സൊസൈറ്റി

പ്രസിഡന്റ് പാകിസ്ഥാൻ പ്രധാനമന്ത്രിയായിരുന്ന സുൽഫിക്കർ അലി ഭൂട്ടോയുടെ മകൾ ബേനസിർ ഭൂട്ടോയായിരുന്നു. ബേനസിറുമായി പിന്നീട് വലിയ സൗഹൃദം കരൺ പങ്കുവെക്കുന്നുണ്ട്. കാലങ്ങൾ ഏറെക്കഴിഞ്ഞ് ബേനസിർ പാകിസ്ഥാൻ പ്രധാനമന്ത്രിയായതും പിന്നീട് പാകിസ്ഥാനിൽനിന്ന് പുറത്താക്കപ്പെട്ട് ഇംഗ്ലണ്ടിൽ അഭയം പ്രാപിച്ചതും തദവസരത്തിൽ ബേനസിറിനെ ഇന്റർവ്യൂ ചെയ്യാൻ കഴിഞ്ഞതും കരൺ പുസ്തകത്തിൽ വിവരിക്കുന്നുണ്ട്.

1976 ൽ അടിയന്തരാവസ്ഥകാലത്ത് ഒരു ദിവസം സഞ്ജയ്ഗാന്ധി കരണിനെ വിളിച്ചിട്ട് തന്നോടൊപ്പം വിമാനം പറപ്പിക്കാൻ കൂടുന്നോ എന്ന് ചോദിച്ചു. സഞ്ജയുമായി കരണിന് നല്ല ചങ്ങാത്തം ഉണ്ടായിരുന്നു. ഡൽഹിയിലെ സഫ്ദർജങ്ക് വിമാനത്താവളത്തിൽ വിമാനം പറപ്പിക്കൽ സഞ്ജയിന്റെ വിനോദമായിരുന്നു. ഡൽഹി വിമാനം പറപ്പിക്കൽ ക്ലബ്ബിൽ അംഗമായിരുന്ന സഞ്ജയ് 1976-ലെ മദ്ധ്യവേനലിൽ കരണിനോട് വിമാനം പറപ്പിക്കലിനായി ചേരുന്നതിന് ആവശ്യപ്പെട്ടു. സമ്മതം മൂളിയ കരണുമായി സഞ്ജയ് വിമാനത്താവളത്തിലെത്തി. രണ്ട് സീറ്റ് മാത്രമുള്ള ചെറിയ ഡക്കോട്ട പ്രൊപ്പല്ലർ വിമാനമായിരുന്നു സഞ്ജയ് പറപ്പിച്ചത്. അനായാസേന വിമാനം പറപ്പിച്ച സഞ്ജയ് കരണിനോട് വിമാനം പറപ്പിക്കാൻ പഠിപ്പിക്കട്ടേയെന്ന് ചോദിച്ചു. കരണിനെ വിമാനം പറപ്പിക്കുന്ന രീതികൾ സഞ്ജയ് പഠിപ്പിച്ചുവെങ്കിലും സ്വയം വിമാനം പറത്താൻ കരണിന് കഴിഞ്ഞില്ല. ഒരിക്കൽ അനായാസേന വിമാനം പറപ്പിക്കുന്നതിനിടയിൽ ഡൽഹിയിൽ നിന്നകലെ ഒരു ഗ്രാമത്തിന് മുകളിൽ എത്തിയപ്പോൾ തന്റെ അഭ്യാസപ്രകടനം സഞ്ജയ് പുറത്തെടുത്തു. ഗ്രാമത്തിലെ കൃഷിനിലങ്ങൾക്ക് മുകളിൽ വിമാനമെത്തിയപ്പോൾ കൃഷിക്കാരെ ഭയപ്പെടുത്തുന്നതിനായി പെട്ടെന്ന് സഞ്ജയ് വിമാനം പൊടുന്നനവേ താഴ്ത്തി പറപ്പിച്ച് കൃഷിക്കാരുടെ നേരേ വിമാനം കൊണ്ടു ചെല്ലുകയും ഭയന്നുവിറച്ച ഗ്രാമീണരായ കർഷകർ ഓടി മറയുകയും ചെയ്തപ്പോൾ പൊട്ടിച്ചിരിച്ചുകൊണ്ട് സഞ്ജയ് വിമാനം ഉയർത്തി പറപ്പിച്ച് കർഷകരെ കൈവീശി അഭിവാദ്യം ചെയ്യുകയും ചെയ്തു. ഈ സംഭവത്തിൽ ഭയന്നുവിറച്ച കരൺ ഓർമ്മിക്കുന്നത് സഞ്ജയിന്റെ ധൈര്യവും അപകടകരമായ സാഹചര്യങ്ങൾ നേരിടുന്നതിനുള്ള തന്റേടവുമാണ്.

കരണിന്റെ മറ്റൊരു സുഹൃത്തായിരുന്നു ബർമ്മയിലെ (ഇപ്പോഴത്തെ മ്യാൻമർ) മനുഷ്യാവകാശ പ്രവർത്തകയും ഇപ്പോൾ മ്യാൻമർ പ്രധാനമന്ത്രിയുമായ അംഗ്സൻ സൂയിക്കി. അംഗ്സന്റെ മാതാവ് ഇന്ത്യയിലെ ബർമ്മിസ് അംബാസഡറായ സമയം അംഗ്സൻ ഡൽഹിയിലെ ലേഡി ശ്രീറാം കോളേജിൽ ബിരുദ വിദ്യാർത്ഥിയായിരുന്നു. കരണിന്റെ പുസ്തകത്തിൽ രാജീവ്ഗാന്ധിയുമായുള്ള ദീർഘകാല സൗഹൃദവും അതിലൂടെ രാജീവ് എന്ന മാന്യനായ രാഷ്ട്രീയക്കാരന്റെ വ്യക്തിത്വം മനസ്സിലാക്കാൻ കഴിഞ്ഞതും ഇന്ത്യക്ക് ഏറ്റവും അനുയോജ്യനായ പ്രധാനമന്ത്രി രാജീവ്ഗാന്ധി ആയിരുന്നു എന്നും കരൺ വിശദമായി പുസ്തകത്തിൽ പ്രതി

പാദിച്ചിട്ടുണ്ട്. പുസ്തകത്തിൽ പ്രധാനമായും എൽ കെ അദ്വാനി, അമിതാഭ് ബച്ചൻ, കപിൽദേവ് തുടങ്ങിയവരെ ഇന്റർവ്യൂ ചെയ്ത കാര്യം വിവരിക്കുന്നുണ്ട്. അതിൽ അമിതാഭുമായുള്ള ഇന്റർവ്യൂവിൽ ക്ഷുഭിതനായി അമിതാഭ് തട്ടിക്കയറുന്നുണ്ട്. 1990 ൽ ദൂരദർശന്റെ ദൃക്സാക്ഷി എന്ന പരിപാടിയിൽ എൽ കെ അദ്വാനിയെ ഇന്റർവ്യൂ ചെയ്തതും ഇതേപോലെ അവസാനിച്ചു. ഇന്റർവ്യൂ ടെലികാസ്റ്റ് ചെയ്തത് അദ്വാനി കണ്ടിരുന്നില്ല. ഇന്റർവ്യൂവിൽ അരോചകമായ ഒരു ചോദ്യവും താൻ ചോദിച്ചിരുന്നില്ല എന്ന് കരൺ പറയുന്നു. എന്നാൽ ആരോ അദ്വാനിയോട് ഇന്റർവ്യൂവിൽ അദ്ദേഹത്തെ മോശമായി ചിത്രീകരിച്ചതായി നുണ പറഞ്ഞുകൊടുത്തു. ഇന്റർവ്യൂ കാണുകപോലും ചെയ്യാതെ അദ്വാനി കരണിനെ വിളിച്ച് തന്റെ പ്രതിഷേധം അറിയിച്ചു. എന്നാൽ ഇന്റർവ്യൂവിന്റെ ടേപ്പ് നൽകിയ കരൺ അതൊന്നുകാണുവാൻ അദ്വാനിയോട് അഭ്യർത്ഥിച്ചു. ഇന്റർവ്യൂ കണ്ടശേഷം അദ്വാനിയുടെ അഭിപ്രായം മാറുകയാണ് ചെയ്തത്. പിന്നീട് 1998 ൽ മറ്റൊരു ഇന്റർവ്യൂവിൽ കരണിന്റെ ഒരു ചോദ്യം അദ്വാനിയെ പ്രകോപിച്ചു. ഇന്റർവ്യൂ മുഴുമിപ്പിക്കാതെ ഇറങ്ങിപ്പോയ അദ്വാനി പിന്നീട് തിരികെ വന്ന് മാപ്പ് പറഞ്ഞ് ഇന്റർവ്യൂ പൂർത്തിയാക്കി.

2000 ൽ ഇന്ത്യൻ ക്രിക്കറ്റ് ടീം മുൻ ക്യാപ്റ്റൻ കപിൽദേവുമായുള്ള ഇന്റർവ്യൂവും രസകരമായിരുന്നു. ഇന്റർവ്യൂവിനൊടുവിൽ കപിൽദേവ് പൊട്ടിക്കരയുകയും കരയുന്ന കപിലിന്റെ മുഖം അനവധി തവണ ബി ബി സി ടെലിവിഷൻ പ്രേക്ഷകരെ കാണിക്കുകയും ചെയ്തത് ഈ അവസരത്തിൽ ഓർത്തുപോകുന്നു. ബി ബി സിയുടെ മുഖാമുഖം എന്ന മൃദുവായ ഇന്റർവ്യൂ പരിപാടിക്കായിട്ടാണ് കരൺ കപിലിനെ സമീപിക്കുന്നത്. കപിലിനെ ഇന്റർവ്യൂ ചെയ്യുന്നതിന് തൊട്ടുമുമ്പ് കപിലിനെതിരെ വലിയ ഒരു ആരോപണം മാധ്യമങ്ങൾ പുറത്തുവിട്ടിരുന്നു. ഇന്ത്യൻ ടീം തോറ്റുകൊടുക്കുന്നതിനായി 25 ലക്ഷം രൂപ വാതുവെപ്പുകാരിൽനിന്ന് കപിൽദേവ് കൈപ്പറ്റി എന്നായിരുന്നു വാർത്ത. ഇന്റർവ്യൂവിന് സമ്മതിച്ച കപിൽ പക്ഷേ, കരൺ തന്നെ ബി ബി സിയുടെ ഹാർഡ് ടോക്ക് ഇന്ത്യ എന്ന പരിപാടിക്കായി ഇന്റർവ്യൂ ചെയ്യണമെന്നാണ് ആവശ്യപ്പെട്ടത്. കരൺ കപിലിനോട് അതിന്റെ വരും വരായ്കകൾ സൂചിപ്പിച്ചെങ്കിലും കപിൽ നിർബന്ധിച്ചതിനാൽ കരൺ സമ്മതിക്കുകയും ചെയ്തു. ഒട്ടും മയമില്ലാതെ ആ ദൗത്യം ഏറ്റെടുത്ത് ക്രിക്കറ്റ് കോഴ സംബന്ധിച്ച വെടിയുണ്ടകൾ പോലുള്ള ചോദ്യങ്ങൾക്ക് മുന്നിൽ പതറിപ്പോയ കപിൽ കൊച്ചുകുട്ടിയെപ്പോലെ ക്യാമറയ്ക്ക് മുന്നിൽ പൊട്ടിക്കരയുകയാണ് ചെയ്തത്. ലൈവ് ടെലികാസ്റ്റ് ആയതിനാൽ ഇടയ്ക്കുവെച്ച് ഓഫ് ചെയ്യുവാൻ സാദ്ധ്യമായിരുന്നില്ല. ഇത്രയും നിർമ്മലനായ ഒരു മനുഷ്യനെ ലോകത്തിന് മുന്നിൽ ഇത്തരത്തിൽ ഇന്റർവ്യൂ ചെയ്തതിൽ കരണിന്റെ വിഷമവും പുസ്തകത്തിൽ രേഖപ്പെടുത്തുന്നു.

കരണിന്റെ മാധ്യമ ജീവിതത്തിൽ പക്ഷേ, രണ്ട് വ്യക്തികളെ ഇന്റർ

വ്യൂ ചെയ്തതാണ് ഏറ്റവും പ്രധാനമായി പുസ്തകത്തിൽ രേഖപ്പെടുത്തുന്നത്. പ്രസ്തുത ഇന്റർവ്യൂകൾ തന്റെ വ്യക്തി ജീവിതത്തെ തകിടം മറിച്ചതായി കരൺ വ്യക്തമാക്കുന്നു. 2004 ൽ തമിഴ്നാട് മുഖ്യമന്ത്രിയായിരുന്ന ജയലളിതയുമായും 2007 ൽ രണ്ടാം തവണ ഗുജറാത്ത് മുഖ്യമന്ത്രിയാവാൻ തിരഞ്ഞെടുപ്പ് നേരിട്ട നരേന്ദ്രമോദിയുമായുള്ള ഇന്റർവ്യൂവിന്റെ വിവരങ്ങളാണവ. 2004 ൽ ജയലളിതയുമായുള്ള ഇന്റർവ്യൂവിന് അവർ ആദ്യമൊന്നും സമ്മതം നൽകിയിരുന്നില്ല. കുറെ നാളത്തെ പ്രയത്നത്തിനുശേഷം ഒടുവിൽ 2004 ൽ ആണ് ജയലളിത സമ്മതംമൂളുന്നത്. എന്നാൽ ഒരു വ്യവസ്ഥ ജയലളിത മുന്നോട്ടുവെച്ചു. മുൻകൂർ എഴുതി തയ്യാറാക്കി ചോദ്യങ്ങൾ നൽകണം. അതിൽനിന്ന് വ്യത്യസ്തമായി ഒന്നും ചോദിക്കരുത്. ബി ബി സിയുടെ ഹാർഡ് ടോക്ക് ഇന്ത്യ എന്ന പരിപാടിക്കായാണ് ഇന്റർവ്യൂ ചെയ്തത്. തുടക്കം മുതൽ തന്നെ ഇന്റർവ്യൂ ചെയ്യുന്ന ആളും ഇന്റർവ്യൂ ചെയ്യപ്പെടുന്ന ജയലളിതയും തമ്മിൽ മാനസിക അകൽച്ച പ്രകടമായിരുന്നു. എന്തോ തന്നോട് അകാരണമായ ഒരു വെറുപ്പ് ജയലളിതയുടെ മുഖത്ത് പ്രതിഫലിച്ചിരുന്നതായി കരൺ രേഖപ്പെടുത്തുന്നു. ലളിതമായ പരിചയപ്പെടുത്തലിനുശേഷം ആദ്യചോദ്യം തന്നെ ജയലളിതയെ പ്രകോപിപ്പിച്ചു. ജയലളിതയുടെ വ്യക്തിത്വം വൈരുദ്ധ്യത നിറഞ്ഞതാണെന്നും പലപ്പോഴും ജനാധിപത്യവിരുദ്ധവും അവിശ്വസനീയവും, നിരുത്തരവാദപരവുമായാണ് അവർ പെരുമാറുന്നതെന്നും ഉദാഹരണ സഹിതം കരൺ ചോദിച്ചപ്പോൾ ദേഷ്യം കടിച്ചുപിടിച്ചുള്ള ജയലളിതയുടെ മറുപടി കരണിനെ വിറപ്പിച്ചുകളഞ്ഞു. കരുണാനിധി എന്ന വയോധികനെ രാത്രിയുടെ അന്ത്യയാമത്തിൽ അറസ്റ്റ് ചെയ്തു ജയിലിലിടച്ച രീതിയെക്കുറിച്ച് ചോദിച്ചപ്പോൾ ജയലളിത തന്റെ ക്ഷോഭം മറച്ചുവെക്കാൻ നന്നേ പാടുപെടുന്നുണ്ടായിരുന്നു. ഒടുവിൽ ഇന്റർവ്യൂ പൂർത്തിയാക്കി കൈകൊടുക്കാൻ കരൺ ശ്രമിച്ചപ്പോൾ അതിനു തുനിയാതെ ഈ ഇന്റർവ്യൂ ഒട്ടും സന്തോഷകരമായിരുന്നില്ല എന്നുപറഞ്ഞുകൊണ്ട് ജയലളിത പോകുകയാണ് ചെയ്തത്. പിന്നീട് മൂന്ന് വർഷങ്ങൾക്കുശേഷം ഡൽഹിയിൽ ദേശീയ ഉദ്ഗ്രഥന സമ്മേളനത്തിൽ പങ്കെടുക്കവേ കരൺ ഒറീസ്സാ മുഖ്യമന്ത്രി നവിൻ പാട്നായ്ക്കുമായി സംസാരിക്കവേ അപ്രതീക്ഷിതമായി ജയലളിത അവിടേക്ക് കടന്നുവന്നു. ഒഴിഞ്ഞുമാറാൻ ശ്രമിച്ച കരണിനെ അങ്ങോട്ട് ചെന്ന് കൈ കൊടുത്ത് ഊഷ്മളമായി ജയലളിത പെരുമാറിയെന്നും അതു തന്നെ അമ്പരപ്പിച്ചതായും കരൺ രേഖപ്പെടുത്തുന്നു, താൻ അത്ര ക്രൂരയൊന്നും അല്ലെന്ന് തമാശ രൂപേണ ജയലളിത പിന്നീട് പറയുകയും ചെയ്തു. പിന്നീട് ജയലളിതയുടെ മരണശേഷം ഈ ഇന്റർവ്യൂ യൂട്യൂബിൽ വൈറൽ ആവുകയും ചെയ്തു. എന്നാൽ 2007 ൽ നരേന്ദ്രമോദിയുമായുള്ള ഇന്റർവ്യൂ ആണ് തനിക്ക് ഏറ്റവും പ്രയാസകരമായ അനുഭവം സമ്മാനിച്ചത് എന്ന് കരൺ രേഖപ്പെടുത്തുന്നു. 2002 ലെ ഗുജറാത്തിലെ ഗോധ്റ കലാപത്തിൽ അനവധി മുസ്ലീങ്ങൾ മരണപ്പെട്ടതിനെ

പ്പറ്റി ഇന്റർവ്യൂവിൽ ചോദിക്കാതിരിക്കാൻ കരണിന് കഴിഞ്ഞില്ല. എന്നാൽ ഇന്റർവ്യൂ തുടങ്ങി മൂന്നുമിനിറ്റിനകം ഇന്റർവ്യൂ അവസാനിപ്പിച്ച് മോദി ക്ഷുഭിതനായി ഇറങ്ങിപ്പോകുകയാണ് ചെയ്തത്. പിന്നീട് എത്ര ശ്രമിച്ചിട്ടും മോദിയെ കാണാൻ അവസരം നിഷേധിക്കുകയാണ് ചെയ്തത്. 2018 ൽ ഈ പുസ്തകം രചിക്കുമ്പോൾ മോദിയുമായി കണ്ടുമുട്ടാൻ ശ്രമിച്ചപ്പോൾ അവസരങ്ങളെല്ലാം നിഷേധിക്കുകയാണ് ചെയ്തത് എന്ന് കരൺ എഴുതുന്നു. തന്റെ സുഹൃത്തായ അരുൺ ജെയ്റ്റ്ലിയുമായുള്ള ഒരു ഇന്റർവ്യൂപോലും ഈ പശ്ചാത്തലത്തിൽ ജെയ്റ്റ്ലി റദ്ദാക്കിയെന്നും, നിർമല സീതാരാമൻ, അമിത്ഷാ തുടങ്ങിയവർ താനുമായി അകലം പാലിച്ചുവെന്നും, ബി ജെ പി ജനറൽ സെക്രട്ടറി റാം മാധവ് മാത്രം ഇന്റർവ്യൂവിന് സമ്മതം നൽകി എന്നും കരൺ ഖേദപൂർവ്വം തുടരുന്നു. എന്നാൽ നരേന്ദ്രമോദി തന്നോട് പൊറുത്തിട്ടില്ല എന്നും ഇപ്പോഴും അദ്ദേഹത്തിന്റെ മനസ്സിൽ തന്നെക്കുറിച്ച് വെറുപ്പാണ് നിലനിൽക്കുന്നതെന്നും ദുഃഖപൂർവ്വം സ്മരിച്ചുകൊണ്ട് കരൺ പുസ്തകം അവസാനിപ്പിക്കുകയാണ്.

ഒരു മാധ്യമ പ്രവർത്തകന്റെ ധീരമായ നിലപാടുകളാണ് ഈ പുസ്തകത്തിന്റെ ഉള്ളടക്കം. എത്ര വലിയ നേതാവായാലും അവരെ നാം അടുത്ത് കാണുമ്പോഴും ഇടപെടുമ്പോഴും അവരൊക്കെ സാധാരണ മനുഷ്യരെപ്പോലെയാവും ചിലപ്പോൾ പെരുമാറുക. ആകാശത്തിലെ നക്ഷത്രം വിദൂരതയിൽ തിളക്കമാർന്നതും യാതൊരു കളങ്കവുമില്ലാതെ കാണപ്പെടുമെങ്കിലും അടുത്തുചെല്ലുമ്പോഴാണ് നക്ഷത്രങ്ങളുടെ യഥാർത്ഥ ചിത്രം വെളിവാകുക എന്നത് നേതാക്കളെയും ബാധിക്കുന്ന പൂരകമാണെന്ന് കരൺ വ്യംഗ്യന്തരേണ ഈ പുസ്തകത്തിൽ വ്യക്തമാക്കുന്നു.

കലാകൗമുദി, 2019 ജൂൺ 30–ജൂലായ് 07

വാഗ്പാടവ പരമാധികാരം

യുവ അഭിഭാഷകനും എഴുത്തുകാരനും ഹാർവാർഡ് യൂണിവേഴ്സിറ്റിയിൽനിന്ന് നിയമത്തിൽ ബിരുദാനന്തരബിരുദം കരസ്ഥമാക്കിയ ആളുമായ അഭിനവ് ചന്ദ്രചൂഡിന്റെ രണ്ടാമത്തെ പുസ്തകമാണ് *Republic of Rhetoric* - അഥവാ *വാഗ്പാടവ പരമാധികാരം*.

പെൻഗ്വിൻ വൈക്കിംഗ് 2017 ൽ പ്രസിദ്ധീകരിച്ച പുസ്തകം ഇന്ത്യൻ ഭരണഘടന നൽകുന്ന മൗലികാവകാശമായ സംസാര ആവിഷ്കാര സ്വാതന്ത്ര്യത്തെ ആഴത്തിൽ പരിശോധിക്കുകയാണ്.

സംഭാഷണത്തിലും പ്രസംഗത്തിലും തർക്കശാസ്ത്രത്തിലും ഇന്ത്യക്കാർ എക്കാലവും മുന്നിലാണ് എന്ന് അമർത്യാസെൻ അദ്ദേഹത്തിന്റെ *ആർഗുമെന്റേറ്റീവ് ഇന്ത്യൻ* എന്ന ഗ്രന്ഥത്തിൽ സൂചിപ്പിക്കുന്നുണ്ട്. എങ്കിൽക്കൂടിയും സംസാര ആവിഷ്കാര സ്വാതന്ത്ര്യം ഭരണഘടന നൽകുന്ന മൗലികാവകാശം എന്ന തരത്തിൽ ഇന്ത്യൻ ജനാധിപത്യത്തെ എത്രമാത്രം ഗുണകരമായി സഹായിക്കുന്നു എന്ന് ഗ്രന്ഥകാരൻ വിശകലണം ചെയ്യുന്നുണ്ട്. മറ്റ് മൗലികാവകാശങ്ങളെ പോലെത്തന്നെ സംസാര ആവിഷ്ക്കാര സ്വാതന്ത്ര്യം പൂർണ്ണ അർത്ഥത്തിൽ വിനിയോഗിക്കാൻ ഭരണഘടനയുടെ അനുച്ഛേദം 19(1) (എ) അനുവദിക്കുന്നില്ല. എട്ടോളം നിയന്ത്രണങ്ങൾ ഈ അവകാശത്തെ പൂർണ്ണമായി വിനിയോഗിക്കുന്നതിന് തടസ്സമായി നിൽക്കുന്നുണ്ട്. നിയന്ത്രണങ്ങൾ ഈ അവകാശത്തെതന്നെ ഹൈജാക്ക് ചെയ്യുന്നുണ്ടോ എന്ന് ഗ്രന്ഥകാരൻ പരിശോധിക്കുന്നുണ്ട്. ഐറിഷ് ഭരണഘടനയിൽനിന്ന് കടമെടുത്ത അനുച്ഛേദം 19(1)(എ) ൽ ഉൾപ്പെടുന്ന മൗലികാവകാശത്തിൽ സ്വതന്ത്ര പത്രപ്രവർത്തനാവകാശം പക്ഷേ, ചേർത്തിട്ടില്ല. അപ്രകാരം പത്രസ്വാതന്ത്ര്യം ചേർക്കപ്പെടാതിരുന്നതിന്റെ പശ്ചാത്തലവും ഗ്രന്ഥകാരൻ പരിശോധിക്കു

ന്നുണ്ട്. ബ്രിട്ടീഷ് ഭരണകാലത്ത് 1895 ൽ ബാലഗംഗാധര തിലകന്റെ നേതൃത്വത്തിൽ ഒരു ഭരണഘടനാ ബിൽ തയ്യാറാക്കിയിരുന്നു. അതിൽ സംസാര സ്വാതന്ത്ര്യം പൗരന് ഉറപ്പാക്കിയിരുന്നു. 1925 ലെ രണ്ടാമത്തെ ഭരണഘടനാ ബിൽ ആയ കോമൺവെൽത്ത് ഓഫ് ഇന്ത്യ ബില്ലിലും സംസാര സ്വാതന്ത്ര്യം പൗരന് അനുവദിച്ചിട്ടുണ്ട്. 1947 ൽ സ്ഥാപിതമായ ഭരണഘടന നിർമ്മാണ സബ് കമ്മിറ്റിയിൽ പ്രൊഫ. കെ ടി ഷാ, സർദാർ കെ എം മുൻഷി, ഹർണാം സിംഗ്, ഡോ. ബി ആർ അംബേദ്കർ എന്നിവർ അംഗങ്ങളായിരുന്നു. അവരാണ് ഇന്ന് കാണുന്ന ഭരണഘടനാ അനുച്ഛേദം 19(1)(എ) ൽ പ്രഖ്യാപിച്ചിട്ടുള്ള സംസാരത്തിനും ആവിഷ്കാരത്തിനുമുള്ള മൗലികാവകാശം തയ്യാറാക്കിയിട്ടുള്ളത്. എന്നാൽ ഇവയിൽ ഒന്നിലും പത്രസ്വാതന്ത്ര്യം ഒരു മൗലികാവകാശമായി കണക്കാക്കിയിട്ടില്ല. അമേരിക്കൻ ഭരണഘടനയിൽ ബിൽ ഓഫ് റൈറ്റ്സിൽ പത്രസ്വാതന്ത്ര്യം ഉൾപ്പെടുത്തിയിട്ടുണ്ട്. ഭരണഘടനാ കരട് 1949 ൽ അംഗീകരിച്ചപ്പോൾ ഈ മൗലികാവകാശങ്ങൾക്കുമേൽ നാല് നിയന്ത്രണങ്ങൾ ചേർത്തിരുന്നു. രാജ്യത്തെ വിഭജിക്കുന്ന പ്രസംഗം, പ്രസ്താവന, അശ്ലീല സംഭാഷണം, കോടതിയലക്ഷ്യം, മാനനഷ്ടം ഉളവാക്കുന്ന പ്രസ്താവനകൾ എന്നിവയായിരുന്നു ആ നാല് നിയന്ത്രണങ്ങൾ.

ആവിഷ്കാര - സംസാര സ്വാതന്ത്ര്യ മൗലികാവകാശ ബിൽ അവതരിപ്പിച്ച് നെഹ്റു ഭരണഘടനാ നിർമ്മാണസഭയിൽ ചർച്ച നയിക്കവെ ഡോ. അംബേദ്കറും കെ എം മുൻഷിയും ഇപ്രകാരം പറയുകയുണ്ടായി. "ഈ അവകാശം പൗരന്മാർ പക്വതയോടെ ഇംഗ്ലണ്ടിലും അമേരിക്കയിലും കൈകാര്യം ചെയ്യുകയും ഉപയോഗിക്കുകയും ചെയ്യുന്നുണ്ട്. എന്നാൽ ഇത്തരത്തിൽ ഇന്ത്യൻ പൗരന്മാർ പക്വതയോടെ ഈ അവകാശം ഉപയോഗിക്കാൻ പ്രാപ്തരാണോ എന്ന് സംശയിക്കേണ്ടിയിരിക്കുന്നു. അതിനാൽ പ്രസംഗങ്ങളും പ്രസ്താവനകളും സത്യസന്ധമായിരിക്കെ, അപ്രിയ സത്യങ്ങൾ വിളിച്ചു പറയാൻ ഈ അവകാശം ഉപയോഗിക്കാതിരിക്കുക."

വളരെ ഗൗരവമായ പഠനങ്ങളും വിവിധ കോടതികളുടെ വിധിന്യായങ്ങളും പരിശോധിച്ച് തയ്യാറാക്കിയിട്ടുള്ള ഈ ഗ്രന്ഥം പ്രൗഢമായ അതിന്റെ ഉള്ളടക്കത്താൽ സമ്പുഷ്ടമാണ്. ഉയർന്ന നിലവാരത്തിലുള്ള പുസ്തക ഭാഷ ലളിതവും ഒട്ടും ദുർഗ്രഹവുമല്ല. സുപ്രീംകോടതിയിൽ ഭരണഘടനാ ധാർമ്മികത ഉയർത്തിപ്പിടിക്കുന്ന വിധി ന്യായങ്ങൾ പുറപ്പെടുവിക്കുന്ന ജസ്റ്റിസ് ഡി വൈ ചന്ദ്രചൂഡിന്റെ മകനാണ് ഗ്രന്ഥകർത്താവ്, അഭിനവ് ചന്ദ്രചൂഡ്. സംസാര-ആവിഷ്കാര സ്വാതന്ത്ര്യങ്ങൾ ദുരുപയോഗം ചെയ്ത് വെറുപ്പിന്റെയും വിദ്വേഷത്തിന്റെയും വിത്തുകൾ സമൂഹത്തിൽ വിതയ്ക്കാൻ ശ്രമിക്കുന്ന കാലഘട്ടത്തിൽ, ഈ മൗലികാവകാശം സംസ്കാരബോധത്തോടെ ഭരണഘടനാ ധാർമ്മികതയിലൂന്നി ഉപയോഗിച്ച്, ജനാധിപത്യത്തെയും വ്യക്തിവികാസത്തെയും സമൂഹത്തിൽ എപ്രകാരം സാദ്ധ്യമാക്കാമെന്ന് ഗ്രന്ഥം ഉൾക്കാഴ്ചയോടെ പരിശോധിക്കുന്നു.

കലാകൗമുദി, 2019 ജൂൺ 16–23

കസ്റ്റഡിയിലെടുക്കുന്നത് കൊല്ലാനോ?

'ഒരു പൊലീസ് ഉദ്യോഗസ്ഥൻ പോരാടുന്നത്, അയാൾക്ക് മുന്നിൽ അരങ്ങേറുന്ന കുറ്റകൃത്യത്തെ വെറുക്കുന്നതുകൊണ്ടല്ല, മറിച്ച് അത് തടയുന്നതിലൂടെ തനിക്കു പിന്നിൽ അണിനിരക്കുന്ന ജനതയുടെ വിശ്വാസം കൊണ്ടാണ്' - സുപ്രീംകോടതി.

വരാപ്പുഴ കസ്റ്റഡി മരണം ഉയർത്തുന്നത് വെറുമൊരു നൈതിക-ധാർമ്മിക പ്രശ്നമല്ല. മറിച്ച് നിയമവാഴ്ചയോടും നിയമസംവിധാനത്തോടും ചില പൊലീസ് ഉദ്യോഗസ്ഥർ കാട്ടുന്ന ഗുരുതരമായ അലംഭാവവും, അച്ചടക്കരാഹിത്യവുമാണ്. മനുഷ്യസമൂഹം ഉണ്ടായ കാലം മുതൽ കുറ്റകൃത്യങ്ങൾ നിലവിലുണ്ട്. എന്നാൽ സംസ്കാരവും, മനുഷ്യാവകാശവും, ജനാധിപത്യ സംവിധാനവും രൂപപ്പെട്ട് വന്നപ്പോൾ കുറ്റകൃത്യങ്ങൾ തടയുന്നതിനും, കുറ്റവാളികളെ നിയമത്തിനുമുന്നിൽ കൊണ്ടുവരുന്നതിനും ജനങ്ങൾ ഭരണകൂടത്തിലൂടെ തിരഞ്ഞെടുത്ത സംവിധാനമാണ് പൊലീസ്. കുറ്റകൃത്യങ്ങൾ തടഞ്ഞ്, കുറ്റവാളികളെ അന്വേഷിച്ച് കണ്ടെത്തി നിയമത്തിനുമുന്നിൽ കൊണ്ടുവന്ന് നീതിന്യായക്കോടതികളിലൂടെ വിചാരണ ചെയ്ത് ഉചിതമായ ശിക്ഷ വാങ്ങിക്കൊടുത്തു കഴിയുമ്പോഴാണ് ഒരു പൊലീസ് ഉദ്യോഗസ്ഥൻ തന്നിലർപ്പിതമായ കർത്തവ്യം നിറവേറ്റുന്നത്. എന്നാൽ പൊലീസ് ഉദ്യോഗസ്ഥൻ തന്നെ കുറ്റവാളിയാകുകയും, കസ്റ്റഡിയിലെടുക്കുന്ന വ്യക്തികളെ പീഡിപ്പിക്കുകയും, മർദ്ദിച്ചു കൊല്ലുകയും ചെയ്യുമ്പോൾ നിയമസംവിധാനത്തോടും, പൊലീസ് സംവിധാനത്തോടും ജനങ്ങൾക്കുള്ള വിശ്വാസം നഷ്ടപ്പെടുകയും ഒടുവിലത് നിയമം കയ്യിലെടുത്ത് അരാജകത്വവും, അസന്തുലിതാവസ്ഥയും സമൂഹത്തിൽ സൃഷ്ടിക്കുന്നതിന് ഉപോൽബലകമാകുകയും ചെയ്യും. 1960-ലെ കേരളാ പൊലീസ് നിയമം അനുശാസിക്കു

ന്നത്, പൊലീസ് എന്നാൽ ജനങ്ങളുടെ ജീവനും, സ്വത്തും സംരക്ഷിക്കുകയും, കുറ്റവാളികളെ കണ്ടെത്തി നിയമത്തിനുമുന്നിൽ കൊണ്ടുവരേണ്ടതും, ക്രമസമാധാന പരിപാലനം ഉറപ്പുവരുത്തേണ്ടതുമായ സിവിൽ സേന എന്നാണ്. അതായത് സമൂഹത്തിൽ നിയമവാഴ്ച ഉറപ്പിക്കുന്നതിന് നിയമവിധേയമായി പ്രവർത്തിക്കേണ്ട സിവിൽ സേനയാണ് പൊലീസ്.

1860 ലെ പൊലീസ് കമ്മീഷൻ, അന്ന് നിലനിന്നിരുന്ന കൊളോണിയൻ പട്ടാള പൊലീസ് സംവിധാനം ഉടച്ച് വാർത്ത് ക്രമസമാധാനത്തിനും, കുറ്റാന്വേഷണത്തിനും പ്രത്യേക സിവിൽ പൊലീസ് സംവിധാനം 1861 ലെ പൊലീസ് നിയമത്തിൻകീഴിൽ കൊണ്ടുവരണമെന്ന് നിർദ്ദേശിച്ച പ്രകാരം നിലവിൽ വന്നതാണ്, ഇന്ത്യയിലെ പൊലീസ് സംവിധാനം. അതോടൊപ്പം 1860 ലെ ഇന്ത്യൻ ശിക്ഷാനിയമം, 1872 ലെ തെളിവെടുപ്പ് നിയമം, 1893 ലെ ക്രിമിനൽ നടപടി നിയമം എന്നിവയും, പൊലീസ് എപ്രകാരം കുറ്റകൃത്യങ്ങൾ അന്വേഷിക്കണമെന്നും, തെളിവുകൾ ശേഖരിക്കണമെന്നും, അറസ്റ്റ് ചെയ്ത പ്രതികളെ എപ്രകാരം ചോദ്യം ചെയ്യണമെന്നും നിഷ്കർഷിക്കുന്നു. ഈ പ്രാചീന കോളനി നിയമങ്ങളിൽപ്പോലും കസ്റ്റഡിയിലെടുക്കുന്ന വ്യക്തികളെ പീഡിപ്പിക്കുകയോ, മർദ്ദനമുറകളിലൂടെ തെളിവ് ശേഖരിക്കുകയോ പാടില്ലെന്ന് അടിവരയിട്ടു പറഞ്ഞിട്ടുണ്ട്. 1902 ൽ നിയമിക്കപ്പെട്ട പൊലീസ് കമ്മീഷൻ 1861 ലെ പൊലീസ് നിയമം നിലവിൽ വന്നശേഷം പൊലീസ് സംവിധാനത്തിന്റെ പ്രവർത്തനങ്ങളെപ്പറ്റി പഠിച്ച് റിപ്പോർട്ട് സമർപ്പിക്കുകയുണ്ടായി. പൊലീസ് സംവിധാനത്തിന്റെ പ്രവർത്തനം തൃപ്തികരമല്ലെന്നും, ശരിയായ പരിശീലനത്തിന്റെ അഭാവംമൂലം അന്വേഷണം അവതാളത്തിലാകുകയും, അഴിമതി വർദ്ധിക്കുകയും, കസ്റ്റഡിയിലെടുക്കുന്ന പ്രതികളെയും, സാക്ഷികളെയും അന്യായമായി പീഡിപ്പിച്ച് തെളിവുകൾ ശേഖരിക്കുകയും ചെയ്യുന്നതായി കമ്മീഷൻ കണ്ടെത്തി. സ്വാതന്ത്ര്യലബ്ധിക്കുശേഷം 1950, 1960, 1970, 1980 വർഷങ്ങളിൽ കേന്ദ്രസർക്കാരും, വിവിധ സംസ്ഥാനങ്ങളും വിവിധ പൊലീസ് കമ്മീഷനുകളെ നിയമിക്കുകയുണ്ടായി. ഈ കമ്മീഷനുകളെല്ലാം പൊലീസ് വ്യാപകമായും, അനാവശ്യമായും മൂന്നാംമുറയും, കസ്റ്റഡി പീഢനവും, ബലാത്സംഗവും നടത്തുന്നതായും കണ്ടെത്തിയിട്ടുണ്ട്. 1978 ൽ അടിയന്തരാവസ്ഥ കാലഘട്ടങ്ങളിലെ അതിക്രമങ്ങളെക്കുറിച്ച് അന്വേഷിക്കുവാൻ നിയമിക്കപ്പെട്ട ഷാ കമ്മീഷൻ റിപ്പോർട്ടിലും, പൊലീസിന്റെ മൂന്നാം മുറയും കസ്റ്റഡി പീഢനവും വിശദമായി പ്രതിപാദിച്ചിട്ടുണ്ട്. പൊലീസ് ഉദ്യോഗസ്ഥർ മേലധികാരികൾക്കുമുന്നിൽ ഒട്ടും ഉത്തരവാദിത്വപരമായല്ല പെരുമാറുന്നതെന്നും, വ്യക്തികളെ കസ്റ്റഡിയിലെടുക്കുമ്പോൾ പാലിക്കപ്പെടേണ്ട നിയമനിർദ്ദേശങ്ങൾ കാറ്റിൽപ്പറത്തുകയും, അന്യായമായ മൂന്നാംമുറയും, കസ്റ്റഡി പീഢനവും പൊലീസ് ഉദ്യോഗസ്ഥർ വ്യാപകമായി ചെയ്യുന്നുണ്ടെന്നും കമ്മീഷൻ കണ്ടെത്തി. പലപ്പോഴും പരിശീലനത്തിന്റെ അഭാവംമൂലവും,

ജോലിഭാരംകൊണ്ടും, ശാസ്ത്രീയമായ അന്വേഷണമാർഗ്ഗങ്ങളുടെ അപര്യാപ്തതകൊണ്ടും കുറ്റം തെളിയിക്കാൻ കസ്റ്റഡിയിൽ എടുക്കുന്നവരെ മൂന്നാംമുറ പീഡനമുപയോഗിച്ച് തെളിവ് ശേഖരിക്കുന്ന പ്രക്രിയ സർവ്വസാധാരണമാണെന്ന് 1980ലെ ദേശീയ പൊലീസ് കമ്മീഷൻ റിപ്പോർട്ടിൽ ചൂണ്ടിക്കാട്ടിയിട്ടുണ്ട്. 1998 ൽ നിയമിതമായ റബൈറോ കമ്മീഷനും അന്യായ അറസ്റ്റും, കസ്റ്റഡി പീഡനവും, മൂന്നാംമുറയും ഇല്ലാതാക്കി പൊലീസ് സംവിധാനം ശാസ്ത്രീയമായി അഴിച്ചുപണിയണമെന്ന് നിർദ്ദേശിച്ചു. 1861 ലെ പൊലീസ് നിയമം ഭേദഗതി ചെയ്യണമെന്നും നിർദ്ദേശിച്ചു. പിന്നീട് 2000 ത്തിൽ നിയമിച്ച പത്മനാഭയ്യ കമ്മീഷനും പൊലീസ് സംവിധാനം അഴിച്ചുമാറ്റി ക്രമസമാധാനം, കുറ്റാന്വേഷണം എന്നീ മേഖലകൾ വ്യത്യസ്ത വിഭാഗങ്ങളാക്കി മാറ്റണമെന്നും നിർദ്ദേശിക്കുകയുണ്ടായി. എല്ലാ പൊലീസ് സ്റ്റേഷനുകളിലും ഫോറൻസിക് സംവിധാനത്തിലൂടെയുള്ള ശാസ്ത്രീയ അന്വേഷണ മാർഗ്ഗങ്ങൾ അവലംബിക്കണമെന്നും, പൊലീസ് സേനയിലെ എല്ലാ അംഗങ്ങൾക്കും അന്വേഷണം സംബന്ധിച്ച് ശാസ്ത്രീയ പരിശീലനവും, അന്വേഷണ കിറ്റും നൽകണമെന്നും നിർദ്ദേശിച്ചു. 2003-ൽ ക്രിമിനൽ നീതിന്യായ സംവിധാനം പരിഷ്കരിക്കുന്നതിനായി നിയമിക്കപ്പെട്ട ജസ്റ്റിസ് മാലിമഠ് കമ്മിറ്റി റിപ്പോർട്ടിലെ നിർദ്ദേശങ്ങൾ നടപ്പിലാക്കണമെന്നാവശ്യപ്പെട്ട് 2006 ൽ സുപ്രീംകോടതിയിൽ ഒരു പൊതുതാൽപ്പര്യ ഹർജി ഫയൽ ചെയ്തിരുന്നു. പ്രകാശ് സിംഗ് വേഴ്സസ് കേന്ദ്ര സർക്കാർ എന്ന പ്രസ്തുത കേസിൽ സുപ്രീംകോടതി ഒട്ടനവധി നിർദ്ദേശങ്ങൾ പുറപ്പെടുവിച്ചിട്ടുണ്ട്. അതിൽ പൊലീസിലെ അന്വേഷണ വിഭാഗം മറ്റന്വേഷണ വിഭാഗങ്ങളിൽനിന്ന് വേർപെടുത്തി ശാസ്ത്രീയമായി പരിഷ്കരിച്ച് ശക്തിപ്പെടുത്തണമെന്ന് നിർദ്ദേശിക്കുകയുണ്ടായി. നവീനവും, സമഗ്രവുമായ പൊലീസ് നിയമം നിർമ്മിക്കണമെന്നും, ദേശീയ സംസ്ഥാന സുരക്ഷാ കമ്മീഷൻ നിലവിൽവരണമെന്നും, സംസ്ഥാന ജില്ലാ പൊലീസ് കംപ്ലൈന്റ് അതോറിറ്റിയെ നിയമിക്കണമെന്നും നിർദ്ദേശിക്കുകയുണ്ടായി. കേരളം ഉൾപ്പെടെ ചില സംസ്ഥാനങ്ങൾ പുതിയ പൊലീസ് നിയമം നിർമ്മിക്കുകയുണ്ടായി. കേരളത്തിൽ നിലനിന്നിരുന്ന 1960-ലെ കേരളാ പൊലീസ് ആക്ട് റദ്ദ് ചെയ്ത് 2011 ലെ പൊലീസ് നിയമം പാസ്സാക്കുകയുണ്ടായി. പ്രസ്തുത നിയമത്തിൽ സംസ്ഥാന പൊലീസ് കംപ്ലൈന്റ് അതോറിറ്റിയും രണ്ട് ജില്ലാ കംപ്ലൈന്റ് അതോറിറ്റിയും രൂപീകരിച്ചിട്ടുണ്ടെങ്കിലും പൊലീസിനെതിരെയുള്ള പരാതികൾ ഫലപ്രദമായി പരിഹരിക്കുന്നതിന് ഈ സംവിധാനം ഒട്ടുംതന്നെ മതിയാകുന്നതല്ല.

നമ്മുടെ ഭരണഘടനയുടെ അനുച്ഛേദം 20(3) പ്രകാരം കസ്റ്റഡിയിൽ എടുക്കുന്ന പ്രതിയെ പൊലീസ് നിർബന്ധിപ്പിച്ചോ, പീഡിപ്പിച്ചോ തനിക്കെതിരെ തെളിവുകൾ നൽകാൻ പ്രേരിപ്പിക്കരുതെന്ന് നിർദ്ദേശിക്കുന്നു. അനുച്ഛേദം 21 പ്രകാരം ഒരു വ്യക്തിയുടെ ജീവനേയോ, വ്യക്തിസ്വാതന്ത്ര്യത്തേയോ നിയമപരമല്ലാതെ ഇല്ലാതാക്കരുതെന്ന് മൗലികാവകാശ

മായി പ്രഖ്യാപിച്ചിട്ടുണ്ട്. ഇതിൽ അന്യായ അറസ്റ്റും കസ്റ്റഡി പീഡനവും ഉൾപ്പെട്ടു വരുന്നു. 1983 ലെ ഷീലാ ബർസയുടെ കേസിൽ അന്യായ മായി കസ്റ്റഡിയിലെടുക്കുന്ന വ്യക്തികളെ പൊലീസ് പീഡിപ്പിക്കുന്ന പ്രവണതയ്ക്കെതിരെ ശക്തമായ നിയമ നടപടി ഉണ്ടാകണമെന്ന് സുപ്രീം കോടതി വ്യക്തമാക്കിയിട്ടുണ്ട്. ഭരണഘടനാ അനുച്ഛേദം 20(1), 22(2) പ്രകാരം അറസ്റ്റ് ചെയ്താൽ അറസ്റ്റിന്റെ കാരണം പ്രതിയെ അറി യിക്കണമെന്നും, അറസ്റ്റ് ചെയ്ത സമയം മുതൽ 24 മണിക്കൂറിനകം അടുത്തുള്ള മജിസ്ട്രേറ്റിന്റെ മുമ്പാകെ ഹാജരാക്കണമെന്നും നിഷ്കർഷി ക്കുന്നു. ഇന്ത്യൻ ശിക്ഷാനിയമം വകുപ്പ് 220 പ്രകാരം അന്യായമായി ഒരു വ്യക്തിയെ ഉദ്യോഗസ്ഥർ കസ്റ്റഡിയിൽ പീഡിപ്പിക്കുകയോ, തടങ്ക ലിൽ വയ്ക്കുകയോ ചെയ്താൽ ശിക്ഷിക്കപ്പെടണമെന്നും, വകുപ്പ് 330, 331 പ്രകാരം കസ്റ്റഡിയിൽ എടുത്തയാളെ ശാരീരികമായോ, മാനസിക മായോ പീഡിപ്പിക്കുകയോ, ഗുരുതരമായി പീഡിപ്പിക്കുകയോ ചെയ്താൽ 7 മുതൽ 10 വർഷം വരെ തടവ് ശിക്ഷ ലഭിക്കാവുന്നതാണ് എന്ന് പ്രഖ്യാ പിക്കുന്നു. 1973-ലെ ക്രിമിനൽ നടപടി നിയമം വകുപ്പ് 50 അറസ്റ്റിന്റെ നടപടിക്രമം വ്യക്തമാക്കുന്നു. വകുപ്പ് 54 പ്രകാരം ശാരീരികമായി പീഡി പ്പിക്കപ്പെട്ട കസ്റ്റഡി പ്രതിക്ക് വൈദ്യപരിശോധന നൽകണമെന്ന് ആവ ശ്യപ്പെടുന്നു. വകുപ്പ് 56 പ്രകാരം അറസ്റ്റ് ചെയ്ത പ്രതിയെ നിശ്ചിത സമയത്തിനകം മജിസ്ട്രേറ്റിന്റെ മുമ്പാകെ ഹാജരാക്കേണ്ടതാണെന്ന് ആവശ്യപ്പെടുന്നു. വകുപ്പ് 57 പ്രകാരം അറസ്റ്റ് ചെയ്ത് 24 മണിക്കൂറി നകം മജിസ്ട്രേറ്റിന്റെ മുന്നിൽ പ്രതിയെ ഹാജരാക്കണം. 2005 ൽ ക്രിമി നൽ നടപടി നിയമത്തിൽ വന്ന ഭേദഗതി പ്രകാരം 176-ാം വകുപ്പിൽ കസ്റ്റഡിമരണമുണ്ടായാൽ മറ്റന്വേഷണത്തിനു പുറമേ ജുഡീഷ്യൽ മജി സ്ട്രേറ്റ് അന്വേഷണം നടത്തണമെന്ന് നിഷ്കർഷിക്കുന്നു. കസ്റ്റഡി മരണവും പീഡനവും നിയന്ത്രണാതീതമായ സാഹചര്യം ഉളവായപ്പോൾ 2006 ൽ പുതിയൊരു നിയമം നിർമ്മിക്കാൻ അന്നത്തെ പ്രധാനമന്ത്രി മൻമോഹൻസിംഗ് ഒരു ബിൽ ലോകസഭയിൽ അവതരിപ്പിച്ചു. കസ്റ്റഡി കുറ്റകൃത്യം തടയൽ നിയമം 2006 എന്ന പേരിൽ അവതരിപ്പിക്കപ്പെട്ട നിയമം പക്ഷേ, പാർലമെന്റിന് പാസ്സാക്കാൻ കഴിഞ്ഞില്ല. ഭരണഘടന യുടെ 7-ാം പട്ടികയിലെ സംസ്ഥാന ലിസ്റ്റിൽ രണ്ടാമതായി വരുന്നത് പൊലീസ് ആണ്. അതിനാൽ പൊലീസ് കസ്റ്റഡി മരണവും, പീഡനവും മൂന്നാം മുറയും സംബന്ധിച്ച് സംസ്ഥാനത്തിന് ഉചിതമായ നിയമം നിർമ്മിക്കുന്നതിനുള്ള അധികാരമുണ്ട്. പ്രത്യേകിച്ച് കേന്ദ്ര സർക്കാർ ഇതു സംബന്ധിച്ച് ഒരു നിയമം നിർമ്മിച്ചിട്ടില്ലാത്തതിനാൽ 2008 ൽ ക്രിമി നൽ നടപടി നിയമത്തിൽ ഉണ്ടായ ഭേദഗതിയിലൂടെ അറസ്റ്റിനും, കസ്റ്റ ഡിക്കും, കാതലായ ചില മാറ്റങ്ങൾ നടപടിക്രമങ്ങളിൽ വരുത്തിയിട്ടു ണ്ട്. 1997 ൽ ഡി കെ ബസുവിന്റെ കേസിൽ വ്യക്തികളെ പൊലീസ് അറസ്റ്റ് ചെയ്യുമ്പോൾ നിശ്ചയമായും പാലിക്കപ്പെടുന്നതിനായി 11 കർശന നിർദ്ദേശങ്ങൾ സുപ്രീംകോടതി പുറപ്പെടുവിച്ചിട്ടുണ്ട്. 2001 ലെ 177-ാം

മത് നിയമ കമ്മീഷൻ റിപ്പോർട്ടിൽ കസ്റ്റഡി പീഡനമോ മരണമോ സംഭവിച്ചാൽ ഇരയ്ക്കോ, അവകാശികൾക്കോ ഉചിതമായ നഷ്ടപരിഹാരം നൽകണമെന്ന് നിർദ്ദേശിച്ചിട്ടുണ്ട്. 1993 ലെ മനുഷ്യാവകാശ നിയമവും, പൊലീസ് കസ്റ്റഡി പീഡനവും, മരണവും കർശനമായി നേരിടണമെന്നും നിർദ്ദേശിച്ചിട്ടുണ്ട്.

ഐസിൽ കിടത്തും, ഷോക്കേല്പിക്കും

2008 ൽ പീപ്പിൾസ് യൂണിയൻ ഫോർ സിവിൽ ലിബർട്ടീസ് എന്ന സംഘടന നടത്തിയ പഠനത്തിൽ കണ്ടത് ഇത്രയും നിയമ നടപടിക്രമങ്ങളും സുപ്രീംകോടതി നിർദ്ദേശങ്ങളും ഉണ്ടായിട്ടും പൊലീസും അതിന്റെ സംവിധാനത്തിനും ഗുണപരമായ മാറ്റങ്ങൾ ഉണ്ടായിട്ടില്ല എന്നതാണ് നിരാശാജനകമായ വസ്തുത. കസ്റ്റഡി മർദ്ദനത്തേയും, പീഡനത്തേയും മൂന്നാംമുറയേയും സംബന്ധിച്ച താഴെപ്പറയുന്ന സംഗതികൾ സംഘടന കണ്ടെത്തിയിട്ടുണ്ട്.

(1) ഇരകളെ പൊലീസ് ഉദ്യോഗസ്ഥർ ബൂട്ടിട്ട് നെഞ്ചിൽ ചവിട്ടാറുണ്ട്.
(2) കനത്ത ചൂരൽ വടികൊണ്ട് പാദങ്ങളുടെ വെള്ളയിൽ ശക്തിയായി പ്രഹരിക്കാറുണ്ട്.
(3) ഉലക്കപോലുള്ള മരത്തടികൾ ഉപയോഗിച്ച് പാദം മുതൽ തുടകൾ വരെയും ഇരുഭാഗത്തു നിന്നും ഉരുട്ടി പീഡിപ്പിക്കാറുണ്ട്.
(4) തോക്കിന്റെ പാത്തികൊണ്ട് മാരകമായി മർദ്ദിക്കാറുണ്ട്.
(5) ഇരുകൈകളുംകൊണ്ട് ഇരകളുടെ രണ്ട് ചെവികളും ചേർത്ത് ശക്തമായി അടിക്കുന്നതുമൂലം ഇരയുടെ ചെവികൾക്കുള്ളിൽ രക്തസ്രാവം ഉണ്ടായി ഇര ബോധശൂന്യനാകാറുണ്ട്.
(6) വൈദ്യുതി ഉപയോഗിച്ച് പീഡിപ്പിക്കാറുണ്ട്.
(7) ഐസ് കട്ടകളിൽ ഇരകളെ നഗ്നരായി കിടത്താറുണ്ട്.
(8) മെഴുകുതിരി നാളമോ, കത്തിച്ച സിഗരറ്റോ ഉപയോഗിച്ച് പൊള്ളലേൽപ്പിക്കാറുണ്ട്.
(9) ഭക്ഷണവും, വെള്ളവും, ഉറക്കവും നിഷേധിക്കാറുണ്ട്. കൈകളിൽ കയറുകെട്ടി തൂക്കിയിടാറുണ്ട്. പൊലീസിന്റെ ഇത്തരം ക്രൂര പീഡനങ്ങളുടെ കാരണവും സംഘടന കണ്ടെത്തിയിട്ടുണ്ട്.

1) പൊലീസുകാർക്കിടയിലെ ക്രൂരത
2) പൊതുജനങ്ങൾക്കിടയിലെ കുറ്റകൃത്യങ്ങളെക്കുറിച്ചുള്ള ആശങ്ക
3) ക്രിമിനൽ നടപടി സമ്പ്രദായത്തിന്റെ പരാജയം
4) ആവശ്യത്തിനുള്ള പൊലീസ് സേനയുടെ കുറവ്
5) ഫലപ്രദമായ വിഭവങ്ങളുടെ ശാസ്ത്രീയവും, അല്ലാത്തതുമായ അപര്യാപ്തത
6) ശാസ്ത്രീയ മനോഭാവവും, ശാസ്ത്രീയ പരിശീലനവും ലഭ്യമല്ലാത്തത്.

ഇന്ത്യ ഐക്യരാഷ്ട്രസഭയുടെ വിവിധ മനുഷ്യാവകാശ ഉടമ്പടിക

ളിൽ ഒപ്പിട്ടിട്ടുള്ള അംഗരാജ്യമാണ്. അതിനാൽത്തന്നെ മനുഷ്യാവകാശ ലംഘനങ്ങൾ ഇല്ലാതാക്കാൻ നാം ബാദ്ധ്യസ്ഥരാണ്. കേരളം പോലെ ഉന്നത സാക്ഷരതയും, സാമൂഹ്യമൂല്യവും കാത്തുസൂക്ഷിക്കുന്ന ഒരു സംസ്ഥാനത്തിലെ പൊലീസ്, അവർ കസ്റ്റഡിയിലെടുക്കുന്ന പ്രതിയോ, സാക്ഷിയോ, കുറ്റകൃത്യം തെളിയിക്കപ്പെടുന്നതുവരെ നിരപരാധികളാണെന്ന ശാശ്വതസത്യം മനസ്സിലാക്കി പ്രവർത്തിക്കേണ്ടവരാണ്. ജനാധിപത്യത്തിൽ ജനങ്ങൾ പ്രതീക്ഷിക്കുന്നത്, മാന്യമായ ഒരു പൊലീസ് സംവിധാനവും, ജനങ്ങളോട് മാന്യമായി പെരുമാറുന്ന പൊലീസ് ഉദ്യോഗസ്ഥരെയുമാണ്. മറിച്ച് സംഭവിക്കുന്നത് ജനാധിപത്യത്തിനും നിയമവാഴ്ചയ്ക്കും അപമാനകരമാണ്. കാവൽക്കാരൻ തന്നെ കള്ളനാകുമ്പോൾ യഥാർത്ഥ കള്ളൻ നീതീകരിക്കപ്പെടുകയാണ് എന്ന സാമാന്യതത്വം ഈ അവസരത്തിൽ ഓർത്തുപോകുന്നു.

കലാകൗമുദി, 2018 ജൂൺ 10-17

ധീരനായ ജസ്റ്റിസ് എച്ച് ആർ ഖന്നയ്ക്ക് ആദരാഞ്ജലികൾ

ഇന്ത്യൻ ജനാധിപത്യത്തിന്റെ കറുത്ത നാളുകളായിരുന്ന അടിയന്തരാവസ്ഥ ദിനങ്ങളിൽ ജനാധിപത്യത്തിന്റെയും പൗരാവകാശത്തിന്റെയും കാവൽഭടനായി, ഏകനായി സുപ്രീംകോടതിയിൽ തന്റെ ഒറ്റപ്പെട്ട ശബ്ദം പുറപ്പെടുവിച്ച ധീരനായ ന്യായാധിപനായിരുന്നു ജസ്റ്റിസ് ഹാൻസ് രാജ് ഖന്ന എന്ന എച്ച് ആർ ഖന്ന. അദ്ദേഹം ഈയിടെ അന്തരിച്ചു. ആ ധീരന്യായാധിപനെ വിസ്മരിക്കാൻ നീതിന്യായ വ്യവസ്ഥിതിയിലെ ഒരാൾക്കും സാദ്ധ്യമല്ല. അദ്ദേഹത്തിന് ഈ ലേഖനത്തിലൂടെ ആദരാഞ്ജലികൾ അർപ്പിച്ചുകൊള്ളട്ടെ. അടിയന്തരാവസ്ഥയിൽ എ ഡി എം ജബൽപൂർ Vs. എസ് കെ ശുക്ല (1976 എ ഐ ആർ (സുപ്രീംകോടതി) 1207) എന്ന പ്രശസ്തമായ കേസിൽ അഞ്ച് ജഡ്ജിമാർ ഉൾപ്പെട്ട ഭരണഘടന ബഞ്ചിൽ നാലിനെതിരെ ഒന്ന് എന്ന അനുപാതത്തിൽ ഒറ്റയ്ക്ക് എതിരഭിപ്രായം പുറപ്പെടുവിച്ചതിന് ജസ്റ്റിസ് ഖന്നയ്ക്ക് വിലകൊടുക്കേണ്ടിവന്നത് തന്റെ അടുത്ത ഊഴമായ ചീഫ് ജസ്റ്റിസ് ഓഫ് ഇന്ത്യ എന്ന സ്ഥാനമാണ്. അടിയന്തരാവസ്ഥയിൽ ഇന്ത്യയിൽ വിവിധ സംസ്ഥാനങ്ങളിൽ ജയപ്രകാശ് നാരായണൻ, മധുദണ്ഡവതെ, വാജ്പേയ്, എൽ കെ അദ്വാനി, ജോർജ്ജ് ഫെർണാണ്ടസ് തുടങ്ങിയ നിരവധി നേതാക്കളെയും മറ്റു വ്യക്തികളെയും കരുതൽ തടങ്കൽ വ്യവസ്ഥ പ്രകാരം അറസ്റ്റ് ചെയ്ത് വിചാരണകൂടാതെ തടവിൽ പാർപ്പിച്ചുവന്നു. കരുതൽ തടങ്കൽ നിയമപ്രകാരം (MISA) വിചാരണ കൂടാതെ ഈ വ്യക്തികളെ തടവിൽ പാർപ്പിക്കാൻ കഴിയുമായിരുന്നു. അക്കാലത്ത് പൗരന്റെ മൗലികാവകാശങ്ങൾ പ്രസിഡന്റ് ഭരണഘടനയുടെ 359 (1) വകുപ്പുപ്രകാരം റദ്ദ് ചെയ്തിരുന്നു. അറസ്റ്റ് ചെയ്ത നേതാക്കൾ കർണ്ണാടക ഹൈക്കോടതിയിൽ കരുതൽ തടങ്കൽ നിയമപ്രകാരം അറസ്റ്റ് ചെയ്യപ്പെട്ട തങ്ങൾക്ക്

അറസ്റ്റ് ചെയ്യപ്പെട്ടതിന്റെ കാരണം കാണിച്ചുകൊണ്ടുള്ള നോട്ടീസ് നൽകിയിട്ടില്ല എന്നും ആയതിനാൽ ഹേബിയസ് കോർപ്പസ് റിട്ട് പുറപ്പെടുവിച്ച് തങ്ങളെ കോടതിയിൽ ഹാജരാക്കി വിടുതൽ ചെയ്യണമെന്നും അഭ്യർത്ഥിച്ചുകൊണ്ട് റിട്ട് ഹർജികൾ ഫയൽ ചെയ്തു. ഹർജി ഫയൽ ചെയ്ത ഉടൻതന്നെ ഇന്ത്യാ ഗവൺമെന്റ് 27.06.1975 ൽ ഒരു ഓർഡിനൻസ് ഇറക്കി. അതായത് കരുതൽ തടങ്കൽ നിയമപ്രകാരം പൊലീസ് അറസ്റ്റ് ചെയ്ത ഒരാളെ അറസ്റ്റിന്റെ കാരണം ധരിപ്പിക്കേണ്ടതില്ല എന്നും അത് കോടതിയിൽ പോലും ബോധിപ്പിക്കേണ്ടതില്ല എന്നതുമാണ് ഓർഡിനൻസ് വ്യവസ്ഥ ചെയ്തത്. എന്നാൽ ജെ പിയെയും മറ്റും അറസ്റ്റ് ചെയ്തത് ഈ ഓർഡിനൻസിന് മുമ്പാകെയാൽ കരുതൽ തടങ്കൽ നിയമത്തിലെ ഈ വ്യവസ്ഥയ്ക്ക് മുൻകാലപ്രാബല്യമില്ല എന്നു കണ്ട് കർണ്ണാടക ഹൈക്കോടതിയും മദ്ധ്യപ്രദേശ് ഹൈക്കോടതിയും കരുതൽ തടങ്കൽ വ്യവസ്ഥ പ്രകാരം അറസ്റ്റ് ചെയ്യപ്പെട്ട പൗരന്മാരെ വിട്ടയയ്ക്കുവാൻ ഉത്തരവിടുകയും ചെയ്തു. എന്നാൽ വിട്ടയയ്ക്കപ്പെട്ട നേതാക്കളെയും മറ്റു പൗരന്മാരെയും ഉടൻതന്നെ പുതിയ വ്യവസ്ഥ പ്രകാരം അറസ്റ്റ് ചെയ്ത് ജയിലിൽ പാർപ്പിക്കുകയും ചെയ്തു.

അടിയന്തരാവസ്ഥക്കാലത്ത് വിവിധ ഹൈക്കോടതികൾ പൗരാവകാശത്തെ സർക്കാർ കരുതൽ തടങ്കൽ നിയമംകൊണ്ട് ഉന്മൂലനം ചെയ്യാൻ ശ്രമിക്കുന്നത് കാടത്തമാണെന്നും ഭരണഘടന നൽകുന്ന അവകാശമായ വ്യക്തിസ്വാതന്ത്ര്യത്തിന് കീഴ്പ്പെട്ടാണ് കരുതൽ തടങ്കൽ നിയമം പോലുള്ള ക്രിമിനൽ നിയമങ്ങൾ വരേണ്ടതെന്നും പ്രഖ്യാപിച്ച് പല റിട്ട് ഹർജികളും അനുവദിച്ചിരുന്നു. ഒരു പരിധിവരെ വിവിധ ഹൈക്കോടതികൾ അടിയന്തരാവസ്ഥക്കെതിരെ ശബ്ദമുയർത്തിയപ്പോൾ സുപ്രീം കോടതിമാത്രം അടിയന്തരാവസ്ഥയ്ക്കനുകൂലമായി ഇന്ദിരാ ഗാന്ധി പക്വമതിയായ ജനാധിപത്യ വിശ്വാസിയാണെന്നും അവരുടെ സർക്കാരിൻകീഴിൽ ജനജീവിതം സുരക്ഷിതമാണെന്നും മറ്റും വ്യാഖ്യാനിച്ച് വിധേയത്വ സ്വഭാവം പ്രകടമാക്കി. അടിയന്തരാവസ്ഥയിൽ നടന്നുകൊണ്ടിരുന്ന പൗരാവകാശലംഘനവും പൊലീസ് കസ്റ്റഡിയിലെ ഭീകരമായ പീഡനങ്ങളും പത്ര സെൻസറിങ്ങും ഒന്നും തന്നെ സുപ്രീംകോടതിയുടെ കണ്ണു തുറപ്പിച്ചില്ല എന്നത് ദുഃഖകരമായ ഒരു ചരിത്ര സത്യമായി ഇന്ത്യൻ ജുഡീഷ്യറിക്കെതിരെ എക്കാലവും നിലകൊള്ളുന്നു.

1975 സെപ്തംബർ 1-ാം തീയതി മദ്ധ്യപ്രദേശ് ഹൈക്കോടതിയുടെ ജബൽപൂർ ബഞ്ച് എസ് കെ ശുക്ല എന്ന കരുതൽ തടങ്കൽ തടവുകാരന്റെ റിട്ട് ഹർജി അനുവദിച്ച് ശുക്ലയെ മോചിപ്പിക്കാൻ ഉത്തരവിടുകയുണ്ടായി. എന്നാൽ ഇന്ദിരാഗാന്ധി സർക്കാർ അദ്ദേഹത്തെ മോചിപ്പിക്കാതെ സുപ്രീംകോടതിയിൽ അപ്പീൽ ബോധിപ്പിച്ചു. പ്രസ്തുത അപ്പീലിലെ വിധിയാണ് പ്രശസ്തമായ എ ഡി എം. ജബൽപൂർ V/s എസ് കെ ശുക്ല എന്ന പേരിൽ അറിയപ്പെടുന്നത്. അപ്പീൽ കേസ് കേട്ടത് സുപ്രീംകോടതിയുടെ ഭരണഘടന ബഞ്ചാണ്. അത് ചീഫ് ജസ്റ്റിസ് എ

എൻ റേ, ജസ്റ്റിസുമാരായ എച്ച് ആർ ഖന്ന, എം എച്ച് ബേഗ്, വൈ വി ചന്ദ്രചൂഡ്, പി എൻ ഭഗവതി എന്നിവർ ഉൾപ്പെട്ട അഞ്ചംഗ ബഞ്ചായിരുന്നു. പ്രസ്തുത കേസിനോടൊപ്പം വിവിധ ഹൈക്കോടതികളിലെ റിട്ട് ഹർജികളിലെ ഉത്തരവുകളും സർക്കാർ വെല്ലുവിളിച്ചിരുന്നു. എല്ലാ കേസുകളും ഒരുമിച്ച് ഭരണഘടനാ ബഞ്ച് വാദം കേട്ടു. വിശദമായ വാദങ്ങൾ ദിവസങ്ങളോളം നീണ്ടുനിന്നു. ഇംഗ്ലണ്ടിൽ നിലനിൽക്കുന്ന അടിയന്തരാവസ്ഥ വകുപ്പുകളും അതിനുകീഴിൽ പൗരാവകാശത്തിന്റെ പ്രസക്തിയുമെല്ലാം ഭരണഘടന ബഞ്ച് ഇന്ത്യൻ സാഹചര്യവുമായി പരിഗണിക്കുകയുണ്ടായി. വളരെ വിശദമായ വിധിന്യായം അനവധി പേജുകളിൽ ഒഴുകിനിറഞ്ഞു. നാനി പാൽക്കിവാല ഭരണഘടനയുടെ ഉദാത്തമായ വശങ്ങൾ തന്റെ മാന്ത്രികശൈലിയിൽ സുപ്രീംകോടതി മുമ്പാകെ നിരത്തി ദിവസങ്ങളോളം വാദിച്ചു. പാൽക്കിവാല ശക്തമായി അടിയന്തരാവസ്ഥക്കെതിരെ വാദിച്ചെങ്കിലും നാലിനെതിരെ ഒന്ന് എന്ന അനുപാതത്തിൽ ഭൂരിപക്ഷ ബഞ്ച് പ്രസിഡന്റിന്റെ ഓർഡിനൻസ് ശരിവച്ച് വിധി പുറപ്പെടുവിച്ചു. അതായത്, കരുതൽ തടങ്കൽ വ്യവസ്ഥ പ്രകാരം അറസ്റ്റ് ചെയ്യപ്പെടുന്ന വ്യക്തിക്ക് അറസ്റ്റിന്റെ കാരണമറിയാൻ അവകാശമില്ല എന്നും പ്രസ്തുത വ്യക്തിക്ക് കോടതിയിൽ പോയി തന്റെ പൗരാവകാശം സ്ഥാപിക്കാൻ കഴിയില്ല എന്നുമാണ് പ്രഖ്യാപിച്ചത്. ഭരണഘടനയുടെ 359(1) വകുപ്പ് പ്രകാരം പ്രസിഡന്റ് മൗലികാവകാശങ്ങൾ റദ്ദ് ചെയ്യപ്പെടുമ്പോൾ പൗരന് യഥാർത്ഥത്തിൽ കോടതിയിൽ പോയി അത് സ്ഥാപിച്ചെടുക്കാൻ നിയമപരമായ അവകാശമില്ല എന്നുമാണ് ഭൂരിപക്ഷ ബഞ്ച് പ്രഖ്യാപിച്ചത്. എന്നാൽ തന്റെ ശാന്തവും പക്ഷേ, ക്രാന്തദർശിത്വം പുലർത്തുന്നതും സുദീർഘവുമായ എതിർവിധിയിൽ ജസ്റ്റിസ് എച്ച് ആർ ഖന്ന ഇപ്രകാരം പ്രഖ്യാപിക്കുകയുണ്ടായി. ഒരു ന്യായാധിപൻ ജനാധിപത്യ മൂല്യങ്ങൾ പിന്തുടരുന്ന രാജ്യത്ത് ജീവിക്കുമ്പോൾ ആ രാജ്യത്തെ ജനങ്ങളുടെ ആത്യന്തികമായ അവകാശങ്ങളെയും കടമകളെയുംകുറിച്ച് ബോധവാനായിരിക്കേണ്ടതാണ്. അത്തരത്തിലുള്ള രാജ്യത്തിലെ സർക്കാർ ജനങ്ങളുടെ അവകാശങ്ങളെ സംരക്ഷിക്കുന്ന രീതിയിലായിരിക്കണം പ്രവർത്തിക്കേണ്ടത്. അതായത്, ഭരണഘടന നിർവ്വചിക്കുന്ന മൂല്യങ്ങളും കാര്യങ്ങളും നടപ്പിലാക്കേണ്ട വിധമാണ് പ്രവർത്തിക്കേണ്ടത്. സർക്കാരിന് നിയമപരിരക്ഷയില്ലാതെ പൗരന്റെ അവകാശത്തെ എടുത്തുകളയാനോ പൗരസ്വാതന്ത്ര്യത്തെ കടന്നാക്രമിക്കാനോ അധികാരമില്ല. കരുതൽ തടങ്കൽ നിയമം വിചാരണകൂടാതെ പൗരനെ തടവിൽ പാർപ്പിക്കാൻ ഭരണകൂടത്തിന് അധികാരം നൽകുന്നു. അത് ഭരണകൂടത്തിന് ചില പ്രത്യേക സാഹചര്യങ്ങളിൽ നൽകുന്ന അമിതാധികാരമാണ്. പൗരന് ഭരണകൂടത്തിന്റെ പ്രതിനിധിയായ പൊലീസിന്റെയോ ഉദ്യോഗസ്ഥമേധാവിത്വത്തിന്റെയോ കടന്നാക്രമണത്തെ കോടതിയിൽ ചോദ്യം ചെയ്യാനാവില്ല എന്നത് ഈ അമിതാധികാരത്തിന്റെ ഭീകരത ദൃശ്യമാകുന്നു.

എന്നാൽ ഭൂരിപക്ഷ ബഞ്ചിന്റെ വിധി പ്രകാരം പ്രഖ്യാപിക്കപ്പെട്ടത് ഇന്ത്യയിൽ ഒരു പൗരാവകാശവും അടിയന്തരാവസ്ഥകൊണ്ടോ കരുതൽ തടങ്കൽ നിയമംകൊണ്ടോ ലംഘിക്കുന്നില്ല എന്നും തടവുകാർക്കെല്ലാം ജയിലിൽ സർക്കാർ മാതൃത്വതുല്യമായ സംരക്ഷണമാണ് നൽകുന്നത് എന്നുമാണ്. അടിയന്തരാവസ്ഥയ്ക്കിടയിലും അതിനുശേഷവും പുറത്തു വന്ന ജയിലിലെ നരകയാതനകളും പീഡനകഥകളും പൊലീസിന്റെ മനുഷ്യാവകാശ ലംഘനങ്ങളും ലോകമനഃസാക്ഷിയെപ്പോലും ഞെട്ടിച്ചിട്ടുള്ളതാണ്. എന്തിന്, ഇന്ദിരാഗാന്ധി പോലും അടിയന്തരാവസ്ഥയ്ക്കുശേഷം തിരഞ്ഞെടുപ്പിൽ പരാജയപ്പെട്ടപ്പോൾ നാനി പാൽക്കിവാലയുടെ മുന്നിൽ പൊട്ടിക്കരഞ്ഞതായി പാൽക്കിവാല തന്റെ പ്രശസ്ത കൃതിയായ *നമ്മൾ, ജനങ്ങൾ* (we, the people) ൽ പറഞ്ഞിട്ടുണ്ട്. അടിയന്തരാവസ്ഥയിൽ കസ്റ്റഡിയിൽ എടുത്ത എഞ്ചിനീയറിംഗ് വിദ്യാർത്ഥി രാജന്റെ ജഡംപോലും കണ്ടുകിട്ടിയിട്ടില്ല. ജയിൽവാസം ജയപ്രകാശ് നാരായണന്റെ രണ്ടു കിഡ്നികളും തകർത്തുകളഞ്ഞു. ഉദയശങ്കർ എന്ന മംഗലാപുരംകാരനായ കോളേജ് വിദ്യാർത്ഥിയെ പൊലീസ് തല്ലിച്ചതച്ച് ജീവിതകാലം മുഴുവൻ നരകയാതന അനുഭവിക്കാൻ വിട്ടുകൊടുത്തു. ജോർജ്ജ് ഫെർണാണ്ടസും, രാജ് നാരായണനും അനുഭവിച്ച പീഡനം ചില്ലറയല്ല. കേരളത്തിൽ നവാബ് രാജേന്ദ്രനെ ജയറാം പടിക്കൽ തല്ലി പല്ലിളക്കിയതും ആരും മറന്നിട്ടില്ല. കൂടാതെ അനവധി പത്രപ്രവർത്തകർ, കവികൾ, സാംസ്കാരിക പ്രവർത്തകർ, രാഷ്ട്രീയ നേതാക്കൾ, വിദ്യാർത്ഥികൾ എന്നിവരെല്ലാം അടിയന്തരാവസ്ഥയുടെ കറുത്ത രാത്രികളുടെ പീഡനം അനുഭവിച്ചവരാണ്.

അടിയന്തരാവസ്ഥക്കെതിരെ ശബ്ദിക്കുകയും ജനാധിപത്യമൂല്യവും പൗരാവകാശവും ഉയർത്തിപ്പിടിക്കുകയും ചെയ്ത ജസ്റ്റിസ് എച്ച് ആർ ഖന്നയ്ക്ക് പക്ഷേ, തന്റെ ചീഫ് ജസ്റ്റിസ് സ്ഥാനം ത്യജിക്കേണ്ടതായി വന്നു. അടിയന്തരാവസ്ഥക്കെതിരെ വിധി എഴുതിയതിന് ഇന്ദിരാഗാന്ധി ഖന്നയെ പുറന്തള്ളിക്കൊണ്ട് അദ്ദേഹത്തിനെക്കാൾ ജൂനിയറായ എം എച്ച് ബേഗിനെ ചീഫ് ജസ്റ്റിസാക്കി പ്രതിഷ്ഠിക്കുകയും ചെയ്തു. എന്നാൽ അഭിമാനിയായ ജസ്റ്റിസ് ഖന്ന, തന്റെ സ്ഥാനം ത്യജിച്ചുകൊണ്ട് ധീരനായി രാജി സമർപ്പിച്ച് നട്ടെല്ല് നിവർത്തി സുപ്രീംകോടതിയിൽനിന്ന് പടിയിറങ്ങി. ഖന്നയെപ്പോലുള്ള ന്യായാധിപന്മാർ ഇന്ത്യൻ ജുഡീഷ്യറിയുടെ നാഴികക്കല്ലുകളും വിലമതിക്കാനാവാത്ത രത്നക്കല്ലുകളുമാണ്. ചരിത്രവും ജനതയും ഇത്തരക്കാരെ ഓർമ്മിച്ചുകൊണ്ടേയിരിക്കും. തന്റെ വ്യക്തിപരമായ പദവികൾക്കും നേട്ടങ്ങൾക്കും സ്ഥാനമാനങ്ങൾക്കും അതീതമായി ഭരണഘടനയെയും അതിന്റെ മൂല്യത്തേയും കാത്തുസൂക്ഷിക്കാൻ എല്ലാ ന്യായാധിപന്മാരും കടപ്പെട്ടിരിക്കുന്നു എന്ന സത്യം ഖന്നയെപ്പോലുള്ള വിശിഷ്ട വ്യക്തികൾ ഉയർത്തിപ്പിടിക്കുന്നു.

കനിവ് സമ്പൂർണ്ണ നിയമ മാസിക, ഏപ്രിൽ 2008

ഭഗത് സിംഗിന്റെ വിചാരണ - ചരിത്രത്തിലെ ക്രൂരമായ വഞ്ചന

"**ഞാ**ൻ നിങ്ങളുടെ അതിഥിയായി അല്പനേരത്തേക്ക് മാത്രം
പുലർകാലത്തെ ദീപനാളംപോലെ
ഞാനും അണയാൻ കാത്തിരിക്കയാണ്
ഇളം കാറ്റ് എന്റെ ചിന്തകളുടെ സത്ത പരത്തട്ടെ
എന്റെയീ സ്വത്വം ഒരു പിടി ചാരം മാത്രമാണ്,
അത് ജീവിച്ചാലും മരിച്ചാലും ....
യാത്രാമംഗളങ്ങൾ സുഹൃത്തുക്കളെ,
സന്തുഷ്ടരായിക്കുക രാജ്യസ്നേഹികളെ
എനിക്ക് ബഹുദൂരം യാത്ര ചെയ്യാനുണ്ട്
ധീരരായി നിങ്ങൾ ജീവിക്കുക" ....

- തൂക്കു മരത്തിലേറുന്നതിന് ഏതാനും മണിക്കൂർ മുമ്പ് ഭഗത് സിംഗ് സുഹൃത്തുക്കൾക്കെഴുതിയ ഒരു കത്തിലെ ഉള്ളടക്കം -

ഇന്ത്യൻ സ്വാതന്ത്ര്യ സമരചരിത്രത്തിലെ വിപ്ലവകാരിയായിരുന്ന രക്തസാക്ഷി ഭഗത് സിംഗും അദ്ദേഹത്തിന്റെ സുഹൃത്തുക്കളുമായിരുന്ന സുഖ്ദേവും, രാജ്ഗുരുവും 23.03.1931 ൽ ലാഹോറിലെ സെൻട്രൽ ജയിലിൽ തൂക്കി കൊലചെയ്യപ്പെട്ടു. ബ്രിട്ടീഷ് ഭരണകാലത്ത് നടന്ന കുപ്രസിദ്ധമായ ലാഹോർ ഗൂഢാലോചന കേസിലെ അന്യായ വിചാരണയുടെ പരിസമാപ്തിയാണ് ഭഗത് സിംഗിനെയും കൂട്ടുകാരെയും തൂക്കിലേറ്റാൻ കളമൊരുക്കിയത്. ഭഗത് സിംഗിന്റെ വിചാരണയെപ്പറ്റി ചരിത്രത്തിൽ വളരെ കുറച്ച് മാത്രമാണ് രേഖപ്പെടുത്തിയിട്ടുള്ളത്. ഇന്ത്യൻ രാഷ്ട്രീയ നിരീക്ഷകരും, അഭിഭാഷകരും, ഗവേഷകരും ഒന്നുംതന്നെ ഭഗത് സിംഗിന്റെ വിചാരണയിലെ അന്യായവും നിഗൂഢവുമായ സംഗതികൾ ആഴത്തിൽ പഠിക്കുകയോ, വിശകലനം ചെയ്യുകയോ ചെയ്തി

ട്ടില്ല എന്നത് ആ മഹാത്മാവിനോടുള്ള ചരിത്ര അപരാധമായി നാം ഓരോ ഇന്ത്യക്കാരനും കാണേണ്ടതാണ്. ഇപ്രകാരം ചെയ്യാതിരുന്നത് ഒരുപക്ഷേ, പിൽക്കാലത്ത് സ്വാതന്ത്ര്യ സമരചരിത്ര പുസ്തകങ്ങൾ രചിച്ച പലരും ഭഗത് സിംഗും കൂട്ടുകാരും ജോൺ സാന്റേഴ്സ് എന്ന അസിസ്റ്റന്റ് പൊലീസ് സൂപ്രണ്ടിന്റെ വധത്തിൽ പൂർണ്ണ പങ്കാളികളായിരുന്നു എന്ന് വിശ്വസിച്ചതുകൊണ്ടുമാകാം. എന്നാൽ ഇന്ത്യൻ സ്വാതന്ത്ര്യ സമര ചരിത്രത്തിലെ മറ്റനേകം വിശിഷ്ട വ്യക്തികളെ വിചാരണ ചെയ്ത സംഭവങ്ങൾ ചരിത്രത്തിൽ വിശിഷ്ടസ്ഥാനം നേടിയപ്പോൾ അത്രതന്നെ ആഴത്തിൽ ഭഗത് സിംഗിന്റെ വിചാരണ ചർച്ചചെയ്യപ്പെട്ടിട്ടില്ല. എന്നാൽ ലാഹോർ ഗൂഢാലോചനക്കേസ് ആഴത്തിൽ പഠിക്കുമ്പോൾ രാഷ്ട്രീയ ചരിത്രത്തിനും നിയമ ചരിത്രത്തിനും ഒരു പുതിയ നിറവും ഭാവവും വന്നുചേരുകയാണ്. 01.05.1930 ൽ ഗവർണ്ണർ ജനറൽ ഇർവിൻ പ്രഭു ഭഗത് സിംഗിനെയും കൂട്ടാളികളെയും വിചാരണ ചെയ്യുവാൻ ഒരു പ്രത്യേക ട്രൈബ്യൂണൽ സംഘടിപ്പിക്കുന്നതിന് ഓർഡിനൻസ് പുറപ്പെടുവിച്ചതോടെ ഭഗത് സിംഗിന്റെ വിചാരണയുടെ മാനവും ദിശയും ഏകദേശം ബ്രിട്ടീഷ് ഭരണകൂടം നിശ്ചയിച്ച് കഴിഞ്ഞിരുന്നു. ഈ ഓർഡിനൻസ് ഏതൊരു കുറ്റവാളിക്കും ലഭിക്കാവുന്ന ഏറ്റവും പ്രത്യേകമായ ഒരവകാശം എടുത്തുകളയുകയും കൂടി ചെയ്തപ്പോൾ എല്ലാം പൂർത്തിയായി. സാധാരണ വധശിക്ഷ വിധിക്കാവുന്ന കുറ്റം വിചാരണ ചെയ്ത് കഴിഞ്ഞ് ശിക്ഷ വിധിക്കപ്പെട്ടു കഴിഞ്ഞാൽ പ്രതിക്ക് അപ്പീൽകൊടുക്കാൻ നിയമം അനുശാസിക്കുന്നുണ്ട്. എന്നാൽ ഈ പ്രത്യേക ഓർഡിനൻസ് പ്രകാരം സംഘടിപ്പിക്കപ്പെട്ട ട്രൈബ്യൂണലിന്റെ വിധിയിന്മേൽ അപ്പീൽ അനുവദിച്ചിരുന്നില്ല എന്നതാണ് ഇതിന്റെ കഠിനമായ ഉള്ളടക്കം. സാധാരണ വധശിക്ഷ വിധിക്കപ്പെട്ടാൽ അത് ഹൈക്കോടതി ശരിവെക്കണം. ഇർവിൻ പ്രഭുവിന്റെ ഓർഡിനൻസ് ഈ വിലപ്പെട്ട അവകാശത്തെ കവർന്നെടുത്തുകളഞ്ഞു. എന്നാൽ ഏകദേശം ആറുമാസം കഴിഞ്ഞ് പഞ്ചാബ് സർക്കാരിന്റെ ഉത്തരവുപ്രകാരം ചില പ്രത്യേക കുറ്റവാളികളെ വിചാരണ ചെയ്യാൻ മറ്റൊരു കമ്മീഷനെ നിയമിച്ചുകൊണ്ട് ഗവർണ്ണർ ജനറൽ ഓർഡിനൻസ് പുറപ്പെടുവിക്കുകയുണ്ടായി. ഈ ഉത്തരവിൽ പക്ഷേ, പ്രതികൾക്ക് ശിക്ഷാ വിധിയിന്മേൽ ഹൈക്കോടതിയിൽ അപ്പീൽ കൊടുക്കുവാനുള്ള അവകാശം നിലനിർത്തുകയുമുണ്ടായി. ഭഗത് സിംഗിന്റെയും കൂട്ടുകാരുടെയും കാര്യത്തിൽ എന്നാൽ ബ്രിട്ടീഷ് സർക്കാരിന്റെ നയവും ലക്ഷ്യവും എന്തായിരുന്നു എന്ന് ഓർഡിനൻസിന്റെ ഉള്ളടക്കംകൊണ്ട് വ്യക്തമാക്കപ്പെട്ടു. തുടക്കം മുതൽ, സ്വാഭാവിക നീതിയുടെ നിഷേധം പ്രകടമായിരുന്നു. മാത്രവുമല്ല, സ്പെഷ്യൽ ട്രൈബ്യൂണലിനെ നിയമിച്ച ഓർഡിനൻസിന്റെ കാലാവധി ആറുമാസം മാത്രമായിരുന്നു. അതിനുള്ളിൽ വിചാരണ പൂർത്തിയാക്കിയില്ല, എങ്കിൽ ട്രൈബ്യൂണലിന് കാലഹരണം വന്ന് അധികാരമില്ലാതാവും. അപ്പോൾ ആറുമാസത്തിനകം ഏത് വിധേനയും വിചാരണ പൂർത്തിയാക്കാനുള്ള

വ്യംഗ്യമായ നിർദ്ദേശം ഓർഡിനൻസിൽത്തന്നെ കടത്തിവിട്ടു. അതായത്, വിചാരണ എത്രയും വേഗത്തിലാക്കി പ്രഹസനമാക്കുക എന്നതായിരുന്നു ബ്രിട്ടീഷ് തന്ത്രം. അതിനിടയിൽ ട്രൈബ്യൂണലിലെ ഒരംഗമായ ജസ്റ്റിസ് സയ്യിദ് ആഗ്രാഹൈദറിനെ പാതി വഴിയിൽ വച്ച് സ്ഥാനഭ്രഷ്ടനാക്കുകയും ചെയ്തു. ലാഹോർ ഹൈക്കോടതിയിലെ ഒരു ഇന്ത്യൻ വംശ ജഡ്ജായിരുന്നു ഹൈദർ. വിചാരണവേളയിൽ ഭഗത് സിംഗിനെയും കൂട്ടുകാരെയും പീഡിപ്പിക്കുന്നതും പൊലീസിന്റെ ഭീകരതയും പലപ്പോഴും ജസ്റ്റിസ് ഹൈദർ ചോദ്യം ചെയ്തിരുന്നു. ബ്രിട്ടീഷ് തന്ത്രം വിചാരണ പൂർത്തീകരിക്കുംമുമ്പ് തന്നെ ഭഗത് സിംഗിനെ വകവരുത്തണമെന്നതായിരുന്നു. എന്നാൽ ജസ്റ്റിസ് ഹൈദറിന്റെ ഇടപെടൽ ബ്രിട്ടീഷ് നേതൃത്വത്തിന് അസ്വസ്ഥതയുണ്ടാക്കിയിരുന്നു. അതിനാൽ ഹൈദറിനെ സാന്ത്വനിപ്പിച്ച് വശീകരിക്കാനായി സർക്കാർ അഭിഭാഷകനായ കാർഡൻനോടിനെ ഹൈദറിന്റെ വസതിയിൽ ബ്രിട്ടീഷ് നേതൃത്വം അയക്കുകയുണ്ടായി. എന്നാൽ "താനൊരു ജഡ്ജിയാണെന്നും അല്ലാതെ ഇറച്ചിവെട്ടുകാരനല്ല" എന്ന് പറഞ്ഞ് ജസ്റ്റിസ് ഹൈദർ കാർഡൻ നോടിനെ പുറത്താക്കി. ബ്രിട്ടീഷ് നേതൃത്വം ഇടപെട്ട് ട്രൈബ്യൂണലിൽനിന്ന് ജസ്റ്റിസ് ഹൈദറിനെ പാതിവഴിയിൽ മാറ്റുകയും ചെയ്തു.

ഭഗത് സിംഗ് ജോൺ സാന്റേഴ്സ് എന്ന പൊലീസ് ഉദ്യോഗസ്ഥനെ പകൽ വെളിച്ചത്തിലാണ് വെടിവെച്ച് കൊന്നതെങ്കിലും സംഭവം കണ്ട ഒറ്റ ദൃക്സാക്ഷികളും ഉണ്ടായിരുന്നില്ല. എന്നാൽ വിചാരണയിൽ മൂന്ന് ദൃക്സാക്ഷികളെ ബ്രിട്ടീഷ് നേതൃത്വം സംഘടിപ്പിച്ചു. അതിൽ പക്ഷേ, രണ്ട് പേർ വിചാരണയ്ക്ക് മുമ്പ് തന്നെ ഭഗത് സിംഗിനെ നേരിടാൻ കഴിയാതെ പിന്മാറി. അവശേഷിച്ച ഒരാൾ, യഥാർത്ഥത്തിൽ, സംഭവം കാണാത്തയാളും. എന്നാൽ അയാളെ പ്രേരിപ്പിച്ച് കള്ളസാക്ഷി പറയിപ്പിച്ച് സംഭവം കണ്ടതായി ചിത്രീകരിക്കപ്പെട്ടു. ശരിയായ നിയമ സഹായവും അഭിഭാഷക സഹായവും ഭഗത് സിംഗിനുണ്ടായിരുന്നെങ്കിൽ ഈ സാക്ഷിയെ ക്രോസ് വിസ്താരത്തിൽ തകർത്ത് തരിപ്പണമാക്കാൻ ഒരു പക്ഷേ, സാധിക്കുമായിരുന്നു. ഭഗത് സിംഗും കൂട്ടുകാരും വിചാരണയിൽ നിസ്സംഗരായിരുന്നു. അതിനാൽ നിയമസഹായം അവർ നിഷേധിച്ചുകൊണ്ട് തങ്ങളെ കുറ്റക്കാരായി കണ്ടാൽ അത് തങ്ങൾ പുല്ലുപോലെ കണക്കാക്കുന്നു എന്ന രീതിയിൽ നിലകൊണ്ടു. ഇരുപത്തിമൂന്ന് വയസ്സ് മാത്രം പ്രായമുണ്ടായിരുന്ന ഭഗത് സിംഗിന്റെ വ്യക്തിത്വ സവിശേഷതയും, പക്വതയും, ചിന്തകളും സത്യത്തിൽ ഈ കാലഘട്ടത്തിലെ പല തീവ്രവാദികളും പാഠമാക്കിയാൽ നന്നായിരുന്നു. കോൺഗ്രസിലെ അഹിംസാവാദവും മിതവാദവും യാതൊരു ഫലവും ചെയ്യാതെ ബ്രിട്ടീഷ് ഭരണകൂടത്തിന്റെ അടിച്ചമർത്തൽ നയം മുന്നോട്ട് പൊയ്ക്കൊണ്ടിരുന്നപ്പോൾ മനം മടുത്ത് വിപ്ലവ ചിന്താഗതിയിൽ ആകൃഷ്ടരായ യുവത്വമായിരുന്നു ഭഗത് സിംഗിന്റെയും കൂട്ടുകാരുടെയും. 23.03.1931 ൽ തൂക്കിലേറ്റപ്പെടുമ്പോൾ വെറും 23 വയസ്സ് ആയിരുന്നു ഭഗത് സിംഗിന്റെ പ്രായം,

ജയിലിൽ സൂക്ഷിച്ചിരുന്ന ഭഗത് സിംഗിന്റെ ഡയറിക്കുറിപ്പുകൾ അദ്ദേഹത്തിന്റെ വിശാലമായ വായനാശീലവും, ചിന്താശീലവും പ്രകടമാക്കുന്നു. ഒരു ആശയഗതിയുടെയും അന്ധനായ അനുകർത്താവായിരുന്നില്ല അദ്ദേഹം. അദ്ദേഹം ഭീകരവാദിയായിരുന്നില്ല. മനുഷ്യനേയും മനുഷ്യത്വത്തേയും അങ്ങേയറ്റം വിലമതിച്ചിരുന്ന അദ്ദേഹം മാനവരാശി സമത്വത്തിലും സാഹോദര്യത്തിലും എല്ലാവിഭവങ്ങളും എല്ലാവരും തുല്യമായി പങ്കിട്ടനുഭവിച്ച് ചൂഷണമില്ലാതെ ജീവിക്കണമെന്ന ഉന്നത ആശയഗതി വെച്ച് പുലർത്തിയയാളായിരുന്നു. തികഞ്ഞ മതേതരവാദിയായിരുന്നു അദ്ദേഹം. തന്റെ മാർഗ്ഗദർശിയും ഗുരുവുമായിരുന്ന ലാലാ ലജ്പത് റോയിയെ ലാഹോറിൽ വച്ച് പൊലീസ് സൂപ്രണ്ട് ജെ എ സ്കോട്ട് അതിക്രൂരമായി മർദ്ദിച്ചവശനാക്കി. ആശുപത്രിയിൽ പ്രവേശിപ്പിക്കപ്പെട്ട ലജ്പത്റോയ് മർദ്ദനകാഠിന്യംകൊണ്ട് 14.11.1928 ൽ അന്ത്യശ്വാസം വലിച്ചു. ഈ വാർത്ത ഭഗത് സിംഗിനെയും കൂട്ടുകാരെയും ഞെട്ടിച്ചുകളഞ്ഞു. ലജ്പത്റോയിയോട് മനസ്സിൽ ആദരവ് കാത്തുസൂക്ഷിച്ചിരുന്ന ഭഗത് സിംഗും കൂട്ടുകാരും ജെ.എ. സ്കോട്ടിനെ കൊന്നുകളയുവാൻ തീരുമാനിച്ചു. എന്നാൽ വിധി വിപരീതമായി സ്കോട്ടിന് പകരം ജോൺ സാന്റേഴ്സ് എന്ന പൊലീസ് ഉദ്യോഗസ്ഥനാണ് വധിക്കപ്പെട്ടത്.

ഈ കുറ്റകൃത്യത്തോടൊപ്പം ലഹളയ്ക്കാഹ്വാനം ചെയ്തു എന്നും ഇംഗ്ലീഷ് രാജാവിനെ സ്ഥാനഭ്രഷ്ടനാക്കാൻ ശ്രമിച്ചുവെന്നും കുറ്റം ചുമത്തി. രാജ്യദ്രോഹക്കുറ്റവും ഭഗത് സിംഗിന്റെയും കൂട്ടുകാരുടെയും മേൽ ചുമത്തപ്പെട്ടു. വിചാരണ നേരിടാൻ ഇരുപത്തിയഞ്ചുപേർ. അതിൽ ഒൻപതുപേർ ഒളിവിൽ, ബാക്കി പതിനാറ് പേരാണ് വിചാരണ നേരിട്ടത്. ചരിത്രത്തിൽ ലാഹോർ ഗൂഢാലോചന കേസ് എന്ന പേരിൽ ഈ വിചാരണ അറിയപ്പെട്ടു. 16.07.1929 ൽ സ്പെഷ്യൽ മജിസ്ട്രേറ്റ് രാജാ സാഹിബ് പണ്ഡിറ്റ് ശ്രീ. കിഷോറിന്റെ കോടതിയിൽ വിചാരണ ആരംഭിച്ചു. കേസ് സെഷൻസ് കോടതിയിൽ വിചാരണയ്ക്കെടുക്കണം എന്ന കാര്യം മാത്രം അന്വേഷിക്കാനാണ് മജിസ്ട്രേറ്റിനെ ചുമതലപ്പെടുത്തിയത്. സ്റ്റേറ്റിന്റെ ഭാഗത്തുനിന്ന് 600 സാക്ഷികളാണ് പട്ടിക ചെയ്യപ്പെട്ടത്. ബ്രിട്ടീഷ് നേതൃത്വം പ്രചരിപ്പിച്ചപോലെ കടുകട്ടിയായ കേസായിരുന്നില്ല ഇത്. ഒരു പക്ഷേ, മിടുക്കനായ ഒരു അഭിഭാഷകന്റെ സൂക്ഷ്മവും ഗൗരവുമായ ക്രോസ് വിസ്താരം ഉണ്ടായിരുന്നെങ്കിൽ ചരിത്രത്തിൽ ഈ വിചാരണയുടെ ഗതി മറ്റൊന്നാകുമായിരുന്നു. ഭഗത് സിംഗിനെ ശരിയായി ദൃക്സാക്ഷിയും വസ്തുത വിവരണ സാക്ഷികളും തിരിച്ചറിഞ്ഞിരുന്നില്ല എന്നതും തെളിവിലെ ഉള്ളടക്കശൂന്യത വെളിവാക്കിയിരുന്നു.

സായുധ പൊലീസ് കോടതി വരാന്തയിലും വാതിൽക്കലും കാവൽ നിന്നു. തുറന്ന കോടതിയിലുള്ള വിചാരണയായിരുന്നില്ല അത്. ലാഹോർ ജയിലിൽ തല്ലിക്കൂട്ടിയ പ്രത്യേക കോടതിയായിരുന്നു അത്. മിക്കവാറും ഭഗത് സിംഗിനെയും കൂട്ടുകാരെയും കൈവിലങ്ങണിയിച്ചാണ് വിചാരണ വേളയിൽ നിർത്തിയത്. സന്ദർശകരെയും, പത്രക്കാരെയും വിചാരണ

ബോധ്യപ്പെടുത്താനോ റിപ്പോർട്ട് ചെയ്യുവാനോ അനുവദിച്ചിരുന്നില്ല. സുഭാഷ് ചന്ദ്രബോസിനെപ്പോലും തടവുകാരോട് സംസാരിക്കുവാൻ അനുവദിച്ചില്ല. ജയിലിലെ സ്ഥിതികളും അതികഠിനമായിരുന്നു. വിചാരണ തടവുകാരെ അതിനികൃഷ്ടമായ രീതിയിൽ കൈകാര്യം ചെയ്തും പീഡിപ്പിച്ചുകൊണ്ടുമിരുന്നു. നല്ല ഭക്ഷണമോ, നല്ല അന്തരീക്ഷമോ തടവുകാർക്ക് ലഭ്യമായിരുന്നില്ല. തങ്ങളെ രാഷ്ട്രീയ തടവുകാരായി കണക്കാക്കി മാന്യമായ സംരക്ഷണവും, ഭക്ഷണവും, പുസ്തകങ്ങളും നൽകണമെന്ന് ഭഗത് സിംഗ് മജിസ്ട്രേറ്റിനോട് എഴുതി ആവശ്യപ്പെട്ടു. ഒന്നും തന്നെ കോടതി ചെവിക്കൊണ്ടില്ല. ഒടുവിൽ പീഡനം അസ്സഹനീയമായപ്പോൾ ഭഗത് സിംഗും കൂട്ടുകാരും തടവറയിൽ നിരാഹാരം ആരംഭിച്ചു. നിരാഹാരം ആഴ്ചകളോളവും മാസങ്ങളോളവും നടന്നെങ്കിലും ഒന്നും സംഭവിച്ചില്ല. ഭഗത് സിംഗിന്റെയും കൂട്ടുകാരുടെയും ആരോഗ്യം ദിനംപ്രതി വഷളായിക്കൊണ്ടിരുന്നു. വിചാരണയ്ക്കായി കോടതിയിൽ ഹാജരാക്കാൻ കഴിയാത്ത തരത്തിൽ ആരോഗ്യം തകരാറിലായിക്കൊണ്ടിരുന്നു.

അക്കാലത്ത് ക്രിമിനൽ നടപടി നിയമം 540 എ വകുപ്പ് പ്രകാരം വിചാരണ വേളയിൽ ഒന്നിൽക്കൂടുതൽ പ്രതികൾ ഉണ്ടെങ്കിൽ ഏതെങ്കിലും കാരണവശാൽ ഏതെങ്കിലും പ്രതിക്ക് കോടതിയിൽ ഹാജരാകാൻ നിവൃത്തിയില്ലെങ്കിൽ പ്രസ്തുത പ്രതിയെ ഹാജരാവുന്നതിൽ നിന്നൊഴിവാക്കി പകരം അഭിഭാഷകൻ ഹാജരായി, വിചാരണയിൽ പങ്കെടുക്കുവാൻ അനുവദിച്ചിരുന്നു. എന്നാൽ ഭഗത് സിംഗിന്റെ കാര്യത്തിൽ ഈ വകുപ്പ് പ്രയോഗിക്കാൻ കഴിഞ്ഞിരുന്നില്ല. കാരണം ഭഗത് സിംഗിനും കൂട്ടുകാർക്കും അഭിഭാഷകർ ഉണ്ടായിരുന്നില്ല വിചാരണയിൽ ഹാജരാകുവാൻ. ഈ സംഗതി മനസ്സിലാക്കിയ സർക്കാർ ക്രിമിനൽ നടപടി നിയമത്തിൽ ഭേദഗതി കൊണ്ടുവരുവാൻ നിശ്ചയിച്ചു. 540 ബി എന്ന വകുപ്പ് കൂട്ടിച്ചേർത്ത് ഏതെങ്കിലും പ്രതിക്ക് വിചാരണ വേളയിൽ ഹാജരാകാൻ നിവൃത്തിയില്ല എങ്കിൽ അയാൾക്ക് അഭിഭാഷകൻ ഉണ്ടെങ്കിലും ഇല്ലെങ്കിലും വിചാരണയിൽ ഹാജരാകുന്നതിൽ നിന്നൊഴിവാക്കാനായി നിർദ്ദേശിച്ചായിരുന്നു ഭേദഗതി നിർദ്ദേശിച്ചത്. ഈ ഭേദഗതി ബില്ലിനെ ശക്തിയായി എതിർത്തുകൊണ്ട് മുഹമ്മദാലി ജിന്ന, മോത്തിലാൽ നെഹ്റു തുടങ്ങിയവർ പ്രസംഗിച്ചു. ജിന്ന തന്റെ സ്വതസിദ്ധ ശൈലിയിൽ ബില്ലിനെ 'കഴുകൻ നിയമം' എന്നു വിളിച്ചു. അദ്ദേഹം ഇപ്രകാരം നിയമസഭയിൽ പറയുകയുണ്ടായി. "നിരാഹാരം അനുഷ്ഠിക്കുന്ന മനുഷ്യന് ഒരാത്മാവുണ്ട്. അദ്ദേഹത്തെ നയിക്കുന്നത് പ്രസ്തുത ശക്തിയാണ്. അതിലദ്ദേഹം വിശ്വസിക്കുകയും ചെയ്യുന്നു. അതിനാൽ ജയിലിലെ അടിസ്ഥാന സൗകര്യങ്ങൾ വർദ്ധിപ്പിക്കുന്ന കാര്യം പരിഹരിക്കാതെ ഇത്തരം കഴുകൻ നിയമഭേദഗതി കൊണ്ടുവരുന്നത് ഇംഗ്ലീഷ് ചരിത്രത്തിലെ നാഴികക്കല്ലായ മാഗ്നാകാർട്ടയ്ക്കും (Magnacarta) വ്യക്തിസ്വാതന്ത്ര്യത്തിനും നാണക്കേടാണ്." ശക്തമായ പ്രതിഷേധംമൂലം ഭേദഗതി സർക്കാർ പിൻവലിച്ച് തടിതപ്പി.

എന്നാൽ മജിസ്ട്രേറ്റിന് കേസ് സെഷൻസ് കോടതിയിലേക്ക് അയയ്ക്കാൻ പറ്റുന്നതിന് മുമ്പ് എല്ലാ നടപടികളും ഒരു പേനയുടെ വരയിലൂടെ ഇർവിൻ പ്രഭു മാറ്റി മറിച്ചു. സെഷൻസ് കോടതിയിൽ ഭഗത് സിംഗും കൂട്ടുകാരും വിചാരണചെയ്യപ്പെട്ടാൽ അവർക്ക് ഹൈക്കോടതിയിൽ അപ്പീൽ കൊടുക്കാൻ അത് അവസരം നൽകും. എന്നാൽ മറിച്ച് ഹൈക്കോടതി ജഡ്ജിമാരടങ്ങിയ ഒരു സ്പെഷ്യൽ ട്രൈബ്യൂണൽ സംഘടിപ്പിച്ചാൽ സംഗതി എളുപ്പമാവും എന്ന് കണ്ട് ഇർവിൻ പ്രഭു ഓർഡിനൻസ് പുറപ്പെടുവിച്ചു. ആറുമാസം കാലാവധി മാത്രമുള്ള ട്രൈബ്യൂണൽ മുമ്പാകെ 600 സാക്ഷികളെ വിചാരണ ചെയ്യണമായിരുന്നു. എന്നാൽ വിചാരണ വേഗം കൂട്ടിക്കൊണ്ട് 437 സാക്ഷികളെ മാത്രം വിസ്തരിച്ച് നടപടി വേഗതയിലാക്കി. മൂന്ന് പേരടങ്ങിയ ട്രൈബ്യൂണൽ 2:1 എന്ന അനുപാതത്തിൽ കുറ്റക്കാരായി കണ്ട് വധശിക്ഷ വിധിച്ചു. ഏക ഇന്ത്യൻ അംഗം മാത്രം എതിർവിധി പുറപ്പെടുവിച്ചു. പ്രിവി കൗൺസിൽ മുമ്പാകെ സമർപ്പിക്കപ്പെട്ട വഴിപാടുപോലുള്ള അപ്പീൽ നിഷ്കരുണം തള്ളപ്പെട്ടു. ഒടുവിൽ 23.03.1931 ൽ പ്രഭാതത്തിൽ ആ ധീര യോദ്ധാവും അദ്ദേഹത്തിന്റെ രണ്ട് സുഹൃത്തുക്കളും ലാഹോർ സെൻട്രൽ ജയിലിൽ തൂക്കിലേറ്റപ്പെട്ടു. മരണത്തെ മുമ്പിൽ കണ്ടപ്പോഴും അചഞ്ചലനായിരുന്നു ഭഗത് സിംഗ്. തന്റെ ആത്മകഥയിൽ ജവഹർലാൽ നെഹ്റു ഇപ്രകാരം രേഖപ്പെടുത്തിയിട്ടുണ്ട്.

> വ്യക്തികളെയും അവരുടെ പ്രവർത്തികളെയും ലക്ഷ്യത്തേയും ആഴത്തിൽ പഠിക്കുകയോ മനസ്സിലാക്കുകയോ ചെയ്യാതെ ഉപരിപ്ലവമായ ആശയഗതി വച്ച് അവരെ വിമർശിച്ച് അപലപിക്കുന്നത് തികച്ചും വിഡ്ഢിത്തമാണ്. ഭഗത് സിംഗ് മുമ്പൊന്നും അത്ര പ്രശസ്തനായിരുന്നില്ല. അദ്ദേഹത്തിന്റെ വിപ്ലവ വാദംകൊണ്ട് മാത്രമല്ല അദ്ദേഹം ജനസമ്മിതി നേടിയത്. അദ്ദേഹം ഭീകരവാദിയുമായിരുന്നില്ല. ഭീകരവാദം ഇന്ത്യയിൽ പലപ്പോഴും തഴച്ചുവളരുകയും പിളരുകയും ചെയ്തിട്ടുണ്ട്. എന്നാൽ അവരിൽ ആരെങ്കിലും ഭഗത് സിംഗിനെപ്പോലെ ജനസമ്മിതി നേടിയിട്ടുണ്ടോ? അതിന്റെ അടിസ്ഥാന കാരണം അദ്ദേഹം തികഞ്ഞ ദേശീയ വാദിയും ദേശസ്നേഹിയുമായിരുന്നതുകൊണ്ടാണ് എന്നത് നമ്മളും ഭാവി തലമുറയും ഒരിക്കലും വിസ്മരിക്കാൻ പാടില്ല.
>
> *കനിവ് നിയമമാസിക*

വാൾട്ടർ റാലെയുടെ അന്യായ വിചാരണ

എൽഡോറാഡോ എന്ന വാക്ക് ഇംഗ്ലീഷ് ഭാഷയിലെ ഒരു പ്രയോഗമാണ്. അതിന്റെ ഡിക്ഷണറി അർത്ഥം വിപുലമായ സ്വത്ത്, അനന്തമായ ഭാഗ്യലക്ഷണം എന്നിങ്ങനെയൊക്കെയാണ്. എന്നാൽ യഥാർത്ഥത്തിൽ എൽഡോറാഡോ എന്നത് തെക്കേ അമേരിക്കയിലെ ഓറീൻകോ നദിയുടെ തീരത്തുള്ള ഒരു ചെറിയ സ്ഥലമാണ്. അവിടെയുള്ള ഒരു ചെറുകോടതിയിലാണ് കുപ്രസിദ്ധ ബൊഫോഴ്സ് തോക്കിടപാടിലെ കമ്മീഷൻ ഏജന്റ് ഒക്ടോവിയോ ക്വത്റോച്ചി വിചാരണ നേരിട്ടത്. മദ്ധ്യകാലത്തിലെ ചരിത്രം പറയുന്നത്, എൽഡോറാഡോ മുഴുവൻ പെറുവിയൻ സ്വർണ്ണഖനികളാണ് എന്നാണ്. അതിനാൽ ധാരാളം നാവിക സാഹസികർ ഈ വാഗ്ദത്ത ഭൂമിയിൽ എത്തി സ്വർണ്ണം കീഴടക്കാൻ ശ്രമിച്ചിട്ടുണ്ട്. അവരിൽ ഒരാൾ മറ്റുള്ളവരിൽനിന്ന് വ്യത്യസ്തനായി നിലകൊള്ളുന്നു. അതാണ് ഇംഗ്ലണ്ടിലെ സർ വാൾട്ടർ റാലെ. ഇംഗ്ലീഷ് നിയമചരിത്രത്തിൽ വാൾട്ടർ റാലെയുടെ ജീവിതം ഒരു പ്രധാന സംഭവമാണ്. അദ്ദേഹം ഇംഗ്ലീഷ് ജൂറിമാരുടെ അന്യായമായ വിചാരണയ്ക്ക് വിധേയനായ ആളാണ്. വിചാരണയ്ക്കൊടുവിൽ ശിരസ്സ് ഛേദിച്ച് അദ്ദേഹത്തെ വധിക്കുകയുണ്ടായി. 1550 ൽ ഇംഗ്ലണ്ടിൽ ഡേവൺ എന്ന സ്ഥലത്താണ് റാലെ ജനിക്കുന്നത്. ഡേവണിൽ ധാരാളം നാവിക സാഹസികർ മുമ്പും ജനിച്ച് ജീവിച്ചിരുന്നിട്ടുണ്ട്. അവരിൽ പ്രധാനിയായിരുന്നു ഫ്രാൻസിസ് ഡ്രേക്ക്. തന്റെ ചെറുപ്പകാലം മുതൽ റാലെ ഫ്രാൻസിസ് ഡ്രേക്കിന്റെയും അതുപോലെ മറ്റ് നാവികരുടെയും സാഹസിക കഥകൾ കേട്ട് വളർന്നു വന്നു. അതിനാൽ വളരെ ഉത്സുകമായ മനസ്സും ആവേശകരമായ വ്യക്തിത്വത്തോടും റാലെ വളർന്ന് വന്നു. താമസിയാതെ നല്ലൊരു കവിയായും എഴുത്തുകാരനായും റാലെ മാറി. കാഴ്ചയിൽ അതിസുന്ദരനായിരുന്നു റാലെ. അങ്ങനെയിരിക്കെ ഒരിക്കൽ യുവതിയായ എലിസബത്ത് രാജ്ഞി

ഗ്രീൻവിച്ചിൽ ഒരു സന്ദർശനം നടത്തി. രാജ്ഞിക്ക് ചെമ്മണ്ണ് നിറഞ്ഞ റോഡിലൂടെ നടക്കേണ്ടതുണ്ടായിരുന്നു. റാലെ ആൾക്കൂട്ടത്തിൽനിന്ന് ഇത് വീക്ഷിച്ചുകൊണ്ടിരുന്നു. പെട്ടെന്ന് രാജ്ഞിക്ക് മുന്നിൽ പ്രത്യക്ഷപ്പെട്ട് താൻ ധരിച്ചിരുന്ന വിലകൂടിയ കമ്പിളികോട്ട് ഊരി നിലത്ത് വിരിച്ചു. അതിന് മുകളിലൂടെ നടക്കാൻ റാലെ രാജ്ഞിയോട് അഭ്യർത്ഥിച്ചു. ഇത് രാജ്ഞിയുടെ മനസ്സിൽ ഓളങ്ങൾ ഉണ്ടാക്കി. താമസിയാതെ റാലെ രാജ്ഞിയുടെ കൊട്ടാരത്തിലെ പ്രധാന കലാകാരനായി മാറി. എന്നാൽ പണവും പ്രശസ്തിയും അധികം നിലനിൽക്കില്ല എന്ന ആപ്തവാക്യം പോലെ, റാലെ രാജ്ഞിയുടെ സന്തതസഹചാരിണിയായിരുന്ന എലിസബത്ത് ത്രോംഗ് മോർട്ടനുമായി പ്രണയത്തിലായി. പിന്നീട് റാലെ അവളെ ഉപേക്ഷിക്കുകയും ചെയ്തു. അവൾ രാജ്ഞിയോട് പരാതി പറഞ്ഞു. രാജ്ഞിക്ക് റാലെയോട് അസംതൃപ്തി തോന്നുകയും ചെയ്തു. എന്നാൽ തെറ്റുതിരുത്തുവാനായി റാലെ എലിസബത്ത് ത്രോംഗ് മോർട്ടനെ വിവാഹം ചെയ്തു. എന്നാൽ രാജ്ഞിക്കിതു ഇഷ്ടമായില്ല. കുപിതയായ റാണി എലിസബത്തിനെയും റാലെയെയും തടവിൽ പാർപ്പിക്കാൻ ഉത്തരവിട്ടു. പിന്നീട് റാണി അവർക്ക് മാപ്പ് നൽകി. തടവിൽ കിടന്ന സമയം റാലെ മനോഹരമായ കാവ്യങ്ങളും മറ്റ് രചനകളും നടത്തിയതുമൂലമാണ് റാണി മാപ്പ് നൽകാനിടയായത്. റാലെയുടെ രചനകൾ പിന്നീട് ഇംഗ്ലീഷ് സാഹിത്യത്തിലെ ക്ലാസിക് രചനകളായി മാറി.

റാലെയുടെ കഴിവിൽ പ്രസാദിച്ച റാണി ഡുറന്റ് ഹൗസ് എന്ന മനോഹരമായ സൗധം റാലെക്ക് താമസിക്കാനായി നൽകി. അവിടെ താമസിക്കവെയാണ് ഷേക്സ്പിയർ, ഫ്രാൻസിസ് ബെക്കൻ തുടങ്ങിയ മഹാരഥന്മാരുമായി റാലെ ചങ്ങാത്തം സ്ഥാപിക്കുന്നത്. എന്നാൽ ആകസ്മികമായി റാണി മരണപ്പെട്ടത് റാലെയുടെ ഭാഗ്യത്തിന് മങ്ങൽ ഉണ്ടാക്കി. ജെയിംസ്റ്റുവാർട്ടാണ് ഇംഗ്ലണ്ടിന്റെ അടുത്ത രാജാവായി അവരോധിക്കപ്പെട്ടത്. എന്നാൽ റാലെയ്ക്കും തിരിച്ച് സ്റ്റുവർട്ടിനും പരസ്പരം ഇഷ്ടമില്ലായിരുന്നു. അങ്ങനെയിരിക്കെ ആരോ ചിലർ സ്റ്റുവർട്ടിന്റെ ചെവിയിൽ അദ്ദേഹം സ്കോട്ട്ലന്റിൽനിന്ന് ഇംഗ്ലീഷ് രാജധാനിയിൽ നുഴഞ്ഞുകയറിയവനാണ് എന്ന് റാലെ പറഞ്ഞതായി പറഞ്ഞുകൊടുത്തു. ക്ഷുഭിതനായ സ്റ്റുവർട്ട് റാലെയെയും കൂട്ടുകാരനായ കൊഹാം പ്രഭുവിനെയും അറസ്റ്റ് ചെയ്യാൻ ഉത്തരവിട്ടു. സൂത്രക്കാരനായ കൊഹാം പ്രഭു കുറ്റം ഏറ്റുപറഞ്ഞ് തടി തപ്പി. റാലെ നട്ടെല്ല് നിവർത്തിനിന്ന് കുറ്റം നിഷേധിച്ചു. 1603 ലെ ശരത്കാലത്തിൽ പ്രശസ്തമായ വിൻസ്റ്റർ കൊട്ടാരത്തിലെ ഹാളിൽ റാലെയുടെ വിചാരണ ആരംഭിച്ചു. ഓയർ ആന്റ് ടെർമിനൽ എന്ന് റോയൽ കമ്മീഷനാണ് വിചാരണ നടത്തിയത്. ആറ് പ്രഭുക്കന്മാരും നാല് ന്യായാധിപന്മാരും കമ്മീഷനിൽ അംഗങ്ങളായിരുന്നു. ജ്യൂറി അംഗങ്ങൾ 12 പേരായിരുന്നു. അറ്റോർണി ജനറൽ പ്രശസ്തനായ സർ എഡ്മണ്ട് ബർക്ക് ആയിരുന്നു. എതിരാളികൾക്കും കുറ്റവാളികൾക്കും എന്നും ദുഃസ്വപ്നമായിരുന്നു എഡ്മണ്ട് ബർക്ക്. റാലെയ്ക്ക് വേണ്ടി വക്കീൽ ഹാജരാകുന്നതുപോലും തടയപ്പെട്ടു. രാജ്യദ്രോഹക്കുറ്റമാണ് റാലെയിൽ ചുമത്തപ്പെട്ടത്. 09.06.1603 ൽ റാലെയും മറ്റു കൂട്ടു

കാരും ചേർന്ന് കോഹാൻ പ്രഭുവിന്റെ നേതൃത്വത്തിൽ സ്റ്റുവർട്ട് രാജാവിനെ അട്ടിമറിക്കാൻ തന്ത്രമിട്ടു എന്നാണാരോപിക്കപ്പെട്ടത്. ജ്യൂറി മുമ്പാകെ കുറ്റം റാലെ നിഷേധിച്ചു.

റാലെയെ കുറ്റക്കാരനായി ജൂറി കണ്ടെത്തി. രാജ്യദ്രോഹത്തിന് അക്കാലത്ത് മരണശിക്ഷയാണ് വിധി. തൂക്കിക്കൊല്ലുകയോ ഗില്ലറ്റനിൽ തലവെച്ച് വെട്ടി മാറ്റുകയോ ആണ് പതിവ്. എന്നാൽ റാലെയെ പെട്ടെന്ന് വധിച്ചില്ല. സ്റ്റുവർട്ട് രാജാവ് റാലെയെ തടവിൽ പാർപ്പിച്ചു. തടവറയിൽ കിടന്നുകൊണ്ട് തന്റെ ഏറ്റവും പ്രഗത്ഭ ഗ്രന്ഥമായ *ലോകചരിത്രം* അദ്ദേഹം രചിച്ചു. ഏകദേശം 13 കൊല്ലം തടവറയിൽ കഴിഞ്ഞ റാലെയ്ക്ക് തടവറ ജീവിതം മടുത്തുകഴിഞ്ഞിരുന്നു. തന്നെ മോചിപ്പിച്ചാൽ രാജാവിന് വേണ്ടി എൽഡോറാഡോയിൽ പോയി സ്വർണ്ണം കൊണ്ടുവരാമെന്ന് റാലെ പ്രഖ്യാപിച്ചു. അപ്രകാരമുള്ള ഉറപ്പിൽ രാജാവ് റാലെയെ മോചിതനാക്കി. എന്നാൽ റാലെയുടെ സാഹസികയാത്ര പരാജയമായിരുന്നു. തുടർന്ന് റാലെയെ വീണ്ടും അറസ്റ്റ് ചെയ്ത് പ്ലിമത്തിൽ കൊണ്ടുവന്നു. രാജാവ് തനിക്ക് നിരുപാധിക മാപ്പാണ് തന്നത് എന്നും താൻ ജയിൽ മോചിതനാണെന്നും ജയിലിൽനിന്ന് പുറത്തുവന്ന താൻ വീണ്ടും യാതൊരു കുറ്റവും ചെയ്തില്ല എന്നും വാദിച്ചു. എന്നാൽ കോടതി അത് അംഗീകരിച്ചില്ല.

1618 ഒക്ടോബർ 29 ന് റാലെയെ ഗിലറ്റിനിൽ തല വച്ച് വധിക്കാൻ ഉത്തരവായി. റാലെയുടെ വധം ഇംഗ്ലീഷ് ചരിത്രത്തിലും നാടകീയ സന്ദർഭങ്ങൾക്ക് വഴി ഉണ്ടാക്കി. യാതൊരു ഭയവും ചാഞ്ചല്യവുമില്ലാതെ സോക്രട്ടീസിനെപ്പോലെ ഗിലറ്റിനിൽ റാലെ തലവെച്ചു. ഒരു ചെറുപുഞ്ചിരി ആ മുഖത്ത് വിടർന്നിരുന്നു. ഒടുവിൽ ഗിലറ്റിൻ ബ്ലൈഡ് യാതൊരു കരുണയുമില്ലാതെ റാലെയുടെ ശിരസ്സ് ഛേദിച്ചു. റാലെയുടെ തല ബാഗിലാക്കി ഭാര്യക്ക് അയച്ചുകൊടുത്തു.

പിന്നീട് ചരിത്രം മാറിയപ്പോൾ ലോഡ് ഡെന്നിംഗ് *നിയമത്തിലെ നാഴികക്കല്ലുകൾ* എന്ന തന്റെ ഗ്രന്ഥത്തിൽ റാലെയുടെ വിചാരണയെ നിശിതമായി വിമർശിക്കുന്നുണ്ട്. ചരിത്രത്തിലെ ഏറ്റവും ക്രൂരവും, അന്യായവുമായ വിചാരണയായിരുന്നു അതെന്നും യാതൊരു തെളിവുമില്ലാതെ വെറും കേട്ടുകേൾവിയിൽ റാലെയെ കുറ്റക്കാരനായി കണ്ടു എന്നും ഡെന്നിംഗ് പറയുന്നു. ഇന്ന് നമ്മുടെ ലോകത്തിൽ ഇത്തരം പ്രാകൃത വിചാരണ നിലവിലില്ല. സംസ്കാരവും അറിവും വിചിന്തനവും, ജനാധിപത്യചിന്തകളും മനുഷ്യാവകാശങ്ങളും ഇന്ന് നിയമസംവിധാനത്തിന്റെയും വിചാരണ രീതികളുടെയും അലകും പിടിയും മാറ്റിക്കഴിഞ്ഞു. അതിനൊക്കെ വഴിയിട്ടത് വാൾട്ടർ റാലെയുടെയും മറ്റും പോലുള്ള വിശിഷ്ട വ്യക്തികളുടെ രക്തസാക്ഷിത്വംമൂലമാണ്. ആർനോൾഡ് ടോയിൻബി എന്ന വിശ്വവിഖ്യാത ചരിത്രകാരൻ പറയുന്നതിപ്രകാരമാണ്. “ചരിത്രം എന്നാൽ കുഴിച്ചിടപ്പെട്ട അടിത്തറയാണ്. അതിന് മുകളിലാണ് ഭാവി തലമുറ അതിന്റെ ജീവിതവും സംസ്കാരവും പണിതുയർത്തുന്നത്. ഓരോ ചവിട്ടും തൊഴിയും അതിന്റെ അടിത്തറയിൽ മാറ്റൊലികൾ ഉണ്ടാക്കുകയും ചെയ്യും.”

ലേഖനസമാഹാരം

സോളാർ കമ്മീഷൻ റിപ്പോർട്ടും തുടർനടപടികളും

പതിനാലാം കേരള നിയമസഭയുടെ 8-ാം സമ്മേളനം ഒരു പ്രത്യേക സാഹചര്യം നേരിടുന്നതിനായി ഇന്നലെ രാവിലെ 9 ന് ചേരുകയുണ്ടായി. മൂന്നു പ്രധാന സംഗതികളായിരുന്നു അന്നത്തെ കാര്യവിവരപ്പട്ടികയിൽ ഉണ്ടായിരുന്നത്. ഒന്നാമത്തേത് വേങ്ങര നിയോജക മണ്ഡലത്തിൽ നടന്ന ഉപതിരഞ്ഞെടുപ്പിൽ തിരഞ്ഞെടുക്കപ്പെട്ട കെ എൻ എ ഖാദറിന്റെ സത്യപ്രതിജ്ഞ.

രണ്ടാമത്തെ സംഗതി സോളാർ അഴിമതിയെക്കുറിച്ച് അന്വേഷിച്ച റിട്ടയേർഡ് ജസ്റ്റിസ് ജി ശിവരാജൻ കമ്മീഷൻ റിപ്പോർട്ടും അതിൻമേൽ സർക്കാർ സ്വീകരിച്ച നടപടികളെ സംബന്ധിച്ച മെമ്മോറാണ്ടവും മുഖ്യമന്ത്രി മേശപ്പുറത്തുവയ്ക്കുന്നതായിരുന്നു. 3-ാം അജണ്ട സോളാർ അഴിമതിയെ സംബന്ധിച്ച് അന്വേഷിച്ച റിട്ടയേർഡ് ജസ്റ്റിസ് ജി ശിവരാജൻ കമ്മീഷന്റെ റിപ്പോർട്ടിനെ സംബന്ധിച്ച് മുഖ്യമന്ത്രി നിയമസഭ ചട്ടം 300 അനുസരിച്ച് നടത്തിയ പ്രസ്താവനയാണ്.

സോളാർ തട്ടിപ്പ് സംബന്ധിച്ച് കഴിഞ്ഞ മന്ത്രിസഭയുടെ കാലഘട്ടത്തിൽ നിയമസഭയ്ക്ക് അകത്തും പുറത്തും ഉളവായ ആരോപണങ്ങളുടെ അടിസ്ഥാനത്തിൽ സംസ്ഥാന സർക്കാർ 29.10.2013 ൽ പുറപ്പെടുവിച്ച ഉത്തരവിന്റെ അടിസ്ഥാനത്തിലാണ് റിട്ടയേർഡ് ജസ്റ്റിസ് ജി ശിവരാജനെ ഏകാംഗ കമ്മീഷണറായി 1952 ലെ കമ്മീഷൻ ഓഫ് എൻകിയറി ആക്ട് പ്രകാരം നിയമിച്ചത്. 4 വർഷത്തെ അന്വേഷണത്തിലൂടെയും തെളിവെടുപ്പിലൂടെയും 214 സാക്ഷികളെ വിസ്തരിക്കുകയും 867 രേഖകൾ പരിശോധിക്കുകയും ചെയ്തശേഷം നാല് വാല്യം മുകളിലായി 1073 പേജുകളുള്ള റിപ്പോർട്ട് കമ്മീഷൻ 26.09.2017 ൽ സർക്കാരിന് സമർപ്പിക്കുകയുണ്ടായി.

റിപ്പോർട്ടിന്റെ ഉള്ളടക്കം

റിപ്പോർട്ടിന്റെ 1-ാം ഭാഗം ആമുഖവും ഗസറ്റ് വിജ്ഞാപനവും നിയമ വ്യവസ്ഥകളും നിയമസഭയിലെ ചർച്ചകളും ടേംസ് ഓഫ് റഫറൻസിന്റെ പരിധിയിൽ ഉൾപ്പെടുന്ന ആക്ഷേപങ്ങളും നിഗമനങ്ങളുമാണ്. അതിൽ ചില ശുപാർശകളും ഉൾപ്പെട്ടിട്ടുണ്ട്. 2-ാം വാല്യത്തിൽ ടേംസ് ഓഫ് റഫറൻസിൽപ്പെടുന്ന സോളാർ തട്ടിപ്പും അനുബന്ധ സാമ്പത്തിക ഇട പാടുകളും സംബന്ധിച്ച കണ്ടെത്തലാണ്. 3-ാം വാല്യത്തിൽ 2 മുതൽ 6 വരെയുള്ള ടേംസ് ഓഫ് റഫറൻസിലെ സാമ്പത്തിക ഇടപാടുകളുടെ പരിശോധനയും കണ്ടെത്തലുകളും ശുപാർശകളുമാണ്. 4-ാം വാല്യ ത്തിൽ കേരള പൊലീസ് അസോസിയേഷന്റെ പ്രവർത്തനങ്ങളെ സംബ ന്ധിച്ചും അതിന്റെ പ്രവർത്തനങ്ങളിൽ വരുത്തേണ്ട മാറ്റങ്ങളുടെയും ശുപാർശകളാണ്.

കമ്മീഷനെ നിയമിച്ചത് നിയമസഭയിലെ ചട്ടങ്ങൾ പ്രകാരമുള്ള ചർച്ചകളുടെയും പ്രമേയങ്ങളുടെയും അടിസ്ഥാനത്തിലാകയാൽ 1952 -ലെ കമ്മീഷൻ ഓഫ് എൻക്വയറി ആക്ടിലെ വകുപ്പ് (3)(4) പ്രകാരം കമ്മീഷൻ റിപ്പോർട്ടും അതിന്മേൽ സർക്കാർ സ്വീകരിച്ച നടപടികളും സഹിതം 6 മാസത്തിനകം നിയമസഭയിൽ വയ്ക്കണമെന്ന് അനുശാ സിക്കുന്നുണ്ട്.

അപ്രകാരം നിയമസഭയിൽവച്ചതിനുശേഷം മാത്രമേ പ്രസ്തുത റിപ്പോർട്ട് ഒരു പൊതു രേഖയാകുന്നുള്ളു. അതിനുമുമ്പ് രേഖയുടെ ഉള്ള ടക്കം പുറത്തുവിടുകയോ പ്രസിദ്ധീകരിക്കുകയോ റിപ്പോർട്ടിന്റെ കോപ്പി നൽകുകയോ ചെയ്യുന്നത് നിയമസഭയുടെ പ്രിവിലേജിന്റെ ലംഘനമാ കുന്നതാണ്. വിവരാവകാശനിയമം വകുപ്പ് 8(2) സി പ്രകാരം നിയമസ ഭയുടെ പ്രിവിലേജിൽ വരുന്ന വിഷയങ്ങളുടെയോ രേഖകളുടെയോ പകർപ്പ് വിവരാവകാശ നിയമ പ്രകാരം നൽകേണ്ടതില്ല എന്ന് അനുശാ സിക്കുന്നുണ്ട്.

എന്നാൽ റിപ്പോർട്ടിലെ ശുപാർശകളും നിർദ്ദേശങ്ങളും പൊതുജ നങ്ങൾക്ക് അറിയണമെന്നുള്ളതിനാൽ റിപ്പോർട്ടും സർക്കാർ അതിന്മേൽ സ്വീകരിച്ച നടപടിയും നിയമസഭയിൽ വച്ചാൽ മാത്രമേ അതിന്റെ ഉള്ള ടക്കം സംബന്ധിച്ച് പൊതുജനങ്ങൾക്ക് അറിവ് ലഭിക്കുകയുള്ളൂ. കേര ളപ്പിറവിക്കുശേഷം ഏകദേശം 134 ജുഡീഷ്യൽ കമ്മീഷനുകൾ വിവിധ വിഷയങ്ങളിൽ സർക്കാരിന് റിപ്പോർട്ടുകൾ നൽകിയിട്ടുണ്ട്. എന്നാൽ അവയിൽ ഭൂരിഭാഗത്തിന്റെ റിപ്പോർട്ടുകളും സഭയിൽ വച്ചത് നിയമം അനുശാസിക്കുന്ന 6 മാസ പരിധി കഴിഞ്ഞശേഷമായിരുന്നു.

പലതിലും സർക്കാർ യാതൊരു നടപടിയും സ്വീകരിച്ചിരുന്നുമില്ല. എന്നാൽ അതിൽനിന്ന് വളരെ വ്യത്യസ്തമായി 26.09.2017 ൽ സമർപ്പിച്ച റിപ്പോർട്ട് കിട്ടി. അതിന്മേൽ സ്വീകരിക്കേണ്ട നടപടി സംബന്ധിച്ച് ഉചി തമായ നിയമോപദേശം സ്വീകരിച്ചശേഷം സർക്കാർ സ്വീകരിക്കുന്ന നട പടി സഹിതം ഒന്നരമാസത്തിനുള്ളിൽ നിയമസഭയിൽ റിപ്പോർട്ടും നട പടി മെമ്മോറാണ്ടവും സമർപ്പിച്ചത് ശ്ലാഘനീയമാണ്.

അന്വേഷണ കമ്മീഷനിലെ നിഗമനങ്ങൾ സർക്കാർ അംഗീകരി ക്കുന്നു എന്നത് സ്വാഗതാർഹമാണ്. ഏകദേശം ഏഴുകോടി രൂപയോളം

സോളാർ കമ്മീഷൻ റിപ്പോർട്ടിനായി സർക്കാർ ചെലവഴിച്ചിട്ടുണ്ട്. പ്രസ്തുത റിപ്പോർട്ട് അംഗീകരിച്ച് നടപടി സ്വീകരിച്ചത് വഴി സർക്കാർ അന്വേഷണ കമ്മീഷൻ റിപ്പോർട്ടുകളോട് ഇക്കാലമത്രയും സ്വീകരിച്ച നിലപാടുകളിൽനിന്ന് വ്യത്യസ്തമായ ഒരു നിലപാടാണ് സ്വീകരിച്ചിട്ടുള്ളത്.

1967 ലെ ഭക്ഷിഖുലാം മുഹമ്മദിന്റെ കേസിൽ സുപ്രീംകോടതിയുടെ താഴെപ്പറയുന്ന നിരീക്ഷണം വളരെ പ്രാധാന്യമുള്ളതാണ്.

> കർത്തവ്യങ്ങളിൽ വീഴ്ച വരുത്തുന്ന പൊതു പ്രവർത്തകരെ അതിന്റെ പരിണിതഫലങ്ങൾ അഭിമുഖീകരിക്കാൻ ഇടയാക്കേണ്ടത് പൊതുജന പ്രാധാന്യമുള്ള സംഗതിയാണ്. ഭരണകർത്താക്കളുടെ വീഴ്ചകൾ വെളിപ്പെടുത്തണമെന്നത് ജനങ്ങളുടെ അഭിലാഷമാണ്. പൊതുജീവിതത്തിലെ പരിശുദ്ധി എന്നതും പൊതുജനങ്ങൾ പ്രാധാന്യത്തോടെ കണക്കാക്കുന്ന വിഷയമാണ്. അവയെക്കുറിച്ചുള്ള അന്വേഷണ കമ്മീഷൻ റിപ്പോർട്ടിന്റെ ഉള്ളടക്കം തീർച്ചയായും പൊതുജനങ്ങൾക്കറിയാൻ അവകാശമുണ്ട്.

1989 ൽ ആർ ബാലകൃഷ്ണപിള്ളയുടെ കേസിലും കേരള ഹൈക്കോടതിയുടെ ഫുൾ ബഞ്ച് താഴെപ്പറയുന്ന ഗൗരവമായ നിഗമനം നടത്തിയിട്ടുണ്ട്.

"പൊതുജീവിതത്തിലും ഭരണത്തിലും നിലവാരമുള്ള സദാചാര ശീലങ്ങൾ പടുത്തുയർത്തുന്നതിനും പുലർത്തുന്നതിനുമുള്ള ജനങ്ങളുടെ അഭിലാഷമാണ് കമ്മീഷൻ ഓഫ് എൻക്വയറി ആക്ടിന്റെ 3-ാം വകുപ്പിൽ ഒരു അന്വേഷണ കമ്മീഷനെ നിയമിക്കുന്നതിന് സർക്കാരിനെ പ്രേരിപ്പിക്കുന്നത്. ആക്ടിന്റെ പരിധിക്കുള്ളിൽ നിന്നുകൊണ്ട് അന്വേഷണം നടത്തുന്ന കമ്മീഷന്റെ റിപ്പോർട്ടുകളും നിഗമനങ്ങളും തീർച്ചയായും പൊതുജനങ്ങൾക്ക് അറിയാൻ അവകാശമുണ്ട്.

അത്തരം റിപ്പോർട്ടിൻമേൽ ഉചിതമായ നിയമനടപടികൾ സ്വീകരിക്കുന്നതിന് സർക്കാരിനും ബാദ്ധ്യതയുണ്ട് എന്നുള്ളതും തള്ളിക്കളയാനാവാത്ത ഒരു ചുമതലയാണ്." അപ്രകാരം വീക്ഷിക്കുമ്പോൾ കേരളത്തിലും ഇന്ത്യയിലാകമാനവും നിലനിൽക്കുന്ന ജലവൈദ്യുത ഊർജ്ജ സ്രോതസ്സുകളുടെ ദൗർബല്യത്തിന്റെ സാഹചര്യം മനസ്സിലാക്കി ഊർജ്ജ രംഗത്ത് ഇന്ത്യയെ സ്വയംപര്യാപ്തമാക്കണമെന്നുള്ള ഉദ്ദേശ്യത്തിൽ ഇന്ത്യയിൽ സോളാർ റിന്യൂവബിൾ ഊർജ്ജ പ്രോജക്ടുകളെ പ്രോത്സാഹിപ്പിക്കുന്നതിനുള്ള കേന്ദ്രസർക്കാരിന്റെ എനർജി മന്ത്രാലയത്തിന്റെ തീരുമാനത്തിന്റെ വെളിച്ചത്തിൽ കേരളത്തിൽ രണ്ട് വ്യക്തികൾ സർക്കാർ സംവിധാനം ദുരുപയോഗം ചെയ്തു നടത്തിയ വലിയ സാമ്പത്തിക തട്ടിപ്പിന്റെ പിന്നാമ്പുറമാണ് സോളാർ തട്ടിപ്പ് അന്വേഷണ കമ്മീഷനിൽ എത്തിച്ചേരുന്നത്.

പ്രസ്തുത റിപ്പോർട്ട് അംഗീകരിക്കാനും അതിന്മേൽ ചുരുങ്ങിയ കാലത്തിനുള്ളിൽത്തന്നെ തുടർ നടപടികൾ സ്വീകരിക്കാനും സർക്കാർ കാണിച്ച ആർജ്ജവം ശ്ലാഘനീയമാണ്.

കേരളകൗമുദി, 2017 നവംബർ 10

ലോകായുക്ത ഭേദഗതി പരിശോധിക്കുമ്പോൾ

ലോകായുക്ത നിയമത്തിലെ പതിനാലാം വകുപ്പ് ഭേദഗതി ചെയ്യുന്നതിനുള്ള ഓർഡിനൻസ് ഇപ്പോൾ വലിയ ചർച്ചയായി മാറിയിട്ടുണ്ട്. മന്ത്രിമാർക്കെതിരെയും പൊതു പ്രവർത്തകർക്കെതിരെയും വരുന്ന പരാതികൾ അന്വേഷിച്ച് തീർപ്പുകൽപ്പിക്കുന്ന ലോകായുക്ത, വകുപ്പ് 12(2) പ്രകാരം ഒരു പ്രഖ്യാപനം നടത്തേണ്ടതുണ്ട്. അതായത് മന്ത്രിയോ പൊതു പ്രവർത്തകനോ തൽസ്ഥാനത്ത് തുടരാൻ യോഗ്യനല്ല എന്ന്. തുടർന്ന്, വകുപ്പ് 14 പ്രകാരം ഗവർണ്ണർക്കോ മുഖ്യമന്ത്രിക്കോ ലോകായുക്ത പ്രസ്തുത പ്രഖ്യാപനം അടങ്ങിയ റിപ്പോർട്ട് അയച്ചുകൊടുത്ത് നടപടി സ്വീകരിച്ച റിപ്പോർട്ട് ആവശ്യപ്പെടുന്നു. ലോകായുക്തയുടെ ഈ പ്രഖ്യാപനം ഗവർണ്ണറോ മുഖ്യമന്ത്രിയോ അംഗീകരിക്കണമെന്നാണ് വകുപ്പ് 14 നിർദ്ദേശിക്കുന്നത്.

വകുപ്പ് 14 ലോകായുക്തയുടെ പ്രഖ്യാപനത്തിന് അമിത അധികാരം നൽകുന്ന ഒരു വകുപ്പായി മാറുകയാണ്. കാരണം, ഈ വകുപ്പനുസരിച്ച് നടപടി സ്വീകരിച്ച് മന്ത്രിയോ പൊതു പ്രവർത്തകനോ സ്ഥാനം രാജിവച്ചശേഷമേ ഹൈക്കോടതിയിൽ ഭരണഘടന വകുപ്പ് 226 പ്രകാരം റിട്ട് ഹർജി നൽകാനാകൂ. അത് ലോകായുക്തയുടെ വിധിക്ക് ഒരു അന്തിമസ്വഭാവം നൽകുന്നു. ഇത് ഭരണഘടന വിഭാവനം ചെയ്യുന്ന സ്വാഭാവിക നീതിക്കെതിരാണ്.

മറ്റൊന്ന്, ലോകായുക്ത ഭരണഘടനാ സ്ഥാപനമോ ഭരണഘടനാ കോടതിയോ അല്ല. ലോകായുക്ത നിയമം 1999 പ്രകാരം സ്ഥാപിതമായ ഒരു അർദ്ധനീതിന്യായ സംവിധാനമാണ്. അതിന് സിവിൽ കോടതിയുടെ ചില അധികാരങ്ങൾ നൽകിയിട്ടുണ്ട്. അതൊരു സ്റ്റാറ്റ്യൂട്ടറി

സ്ഥാപനം മാത്രമാണ്. അതിന്റെ വിധികൾ റെക്കമെന്റേറ്ററി മാത്രമെന്ന് ഹൈക്കോടതി വിധികളുണ്ട്.

ഒരു മന്ത്രി സത്യപ്രതിജ്ഞ ചെയ്ത് അധികാരം ഏൽക്കുന്നത് ഭരണഘടനാ വകുപ്പ് 163 പ്രകാരമാണ്. അപ്രകാരം നിയമിക്കപ്പെട്ട മന്ത്രി ഭരണഘടനാ സ്ഥാനമാണ് വഹിക്കുന്നത്. ഭരണഘടന വിഭാവനം ചെയ്യുന്ന ഭരണനിർവ്വഹണ സമിതിയുടെ ചുമതലകൾ നടത്തേണ്ട സ്ഥാനം. പ്രസ്തുത മന്ത്രി മുഖ്യമന്ത്രി തലവനായ മന്ത്രിസഭാ സമിതിയിലെ അംഗമാണ്. ഭരണനിർവ്വഹണം നടത്താനായി മുഖ്യമന്ത്രി തലവനായ മന്ത്രിസഭയെ സഹായിക്കാനാണ് മന്ത്രിയെ നിയമിക്കുന്നത്. ഭരണഘടന വകുപ്പ് 164 പ്രകാരം ഗവർണ്ണർ മന്ത്രിയെ നിയമിക്കുന്നത് മുഖ്യമന്ത്രിയുടെ ഉപദേശപ്രകാരമാണ്. ആ മന്ത്രിയുടെ സ്ഥാനത്തെ സംബന്ധിച്ച് ഗവർണ്ണർക്ക് അതൃപ്തി തോന്നുന്നതുവരെ മന്ത്രിക്ക് സ്ഥാനത്ത് തുടരാമെന്ന് വകുപ്പ് 164 പറയുന്നു. എന്നാൽ ഗവർണ്ണറുടെ അതൃപ്തി എന്നത് അദ്ദേഹത്തിന്റെ വ്യക്തിപരമായ അതൃപ്തിയല്ലെന്ന് സുപ്രീം കോടതിയുടെ ഭരണഘടനാ ബഞ്ച് ഷംസർ സിങ്ങിന്റെ കേസിൽ വ്യക്തമാക്കിയതാണ്. അതായത്, ഭരണഘടന ചുമതലയാണ് ഗവർണ്ണർ വഹിക്കുന്നത്. അതിനായി മുഖ്യമന്ത്രിയുടെ അഭിപ്രായം തേടാൻ ഗവർണ്ണർക്ക് ഉത്തരവാദിത്വമുണ്ടെന്ന് സുപ്രീം കോടതി പറയുന്നു. കാരണം മുഖ്യമന്ത്രിയുടെ ഉപദേശപ്രകാരമാണ് മന്ത്രി നിയമിക്കപ്പെട്ടത്. അതിനാൽ ഗവർണ്ണറുടെ അതൃപ്തി എന്നത് മുഖ്യമന്ത്രിയുടെ അതൃപ്തി എന്ന് ചേർത്തു വായിക്കണമെന്ന് സുപ്രീംകോടതി വ്യക്തമാക്കുന്നു.

അങ്ങനെ വരുമ്പോൾ വെറും സ്റ്റാറ്റ്യൂട്ടറി അധികാരം മാത്രമുള്ള ലോകായുക്തയുടെ വകുപ്പ് 12(2) പ്രകാരമുള്ള പ്രഖ്യാപനവും വകുപ്പ് 14 പ്രകാരമുള്ള റിപ്പോർട്ടും അംഗീകരിക്കണമെന്ന് പ്രസ്തുത വകുപ്പ് നിർദ്ദേശിക്കുന്നത് ഭരണഘടനയുടെ വകുപ്പ് 163 ന്റെയും 164 ന്റെയും അന്തഃസത്തയ്ക്ക് എതിരാണ്. ഒരു സ്റ്റാറ്റ്യൂട്ടറി സ്ഥാപനത്തിന് ഭരണഘടനാ സ്ഥാപനമായ മന്ത്രിസ്ഥാനത്തെ തൽസ്ഥാനത്തുനിന്ന് മാറ്റി റിപ്പോർട്ട് നൽകാൻ പറയാൻ അധികാരമില്ല. ലോകായുക്തയുടെ റിപ്പോർട്ട് അംഗീകരിക്കാനും അംഗീകരിക്കാതിരിക്കാനുമുള്ള വിവേചനം മുഖ്യമന്ത്രിക്ക് നൽകുന്നതിൽ നിയമവിരുദ്ധമായി ഒന്നുമില്ല. സ്വാഭാവിക നീതിയാണ് മുഖ്യമന്ത്രി നിർവ്വഹിക്കുന്നത്. ലോകായുക്തയുടെ റിപ്പോർട്ട് അംഗീകരിക്കണോ വേണ്ടയോ എന്ന് പ്രതിസ്ഥാനത്താക്കപ്പെട്ട മന്ത്രിയെ കേട്ടശേഷം തീരുമാനിക്കുക. അത് ഭരണഘടനയുടെ വകുപ്പ് 164 ൽ അടങ്ങിയ കർത്തവ്യമാണ്. മുഖ്യമന്ത്രി അവിടെ ഒരു രാഷ്ട്രീയ തീരുമാനമല്ല എടുക്കുന്നത്. മറിച്ച് ഭരണഘടന വിഭാവനം ചെയ്യുന്ന വകുപ്പ് 164 ന്റെ അന്തഃസത്തയാണ്.

ഭേദഗതി ഓർഡിനൻസ് ലോകായുക്തയുടെ അധികാരം വെട്ടിക്കുറയ്ക്കുകയല്ല. മറിച്ച് ഭരണഘടനയുടെ വകുപ്പ് 163, 164 എന്നിവയുടെ

സന്ദേശത്തിനനുസരിച്ച് ഭേദഗതി ചെയ്യപ്പെടുകയാണ്. ഒരു സ്റ്റാറ്റ്യൂട്ടറി സ്ഥാപനത്തിന് ഭരണഘടനാ സ്ഥാപനത്തിനു മുകളിൽ മേൽക്കോയ്മ നൽകേണ്ടതുണ്ടോ. മന്ത്രിയെ നീക്കാൻ ഭരണഘടന മാർഗ്ഗ നിർദ്ദേശങ്ങൾ വ്യക്തമാക്കിയിരിക്കേ ലോകായുക്തയുടെ പ്രഖ്യാപനം ഭരണഘടനാ നിർദ്ദേശങ്ങൾക്ക് മുകളിൽ വരുന്നത് ആശാസ്യമാണോ. അത് ഭരണഘടനയെ സംസ്ഥാന നിയമനിർമ്മാണ സഭ നിർമ്മിച്ച ലോകായുക്ത നിയമത്തിന് കീഴിലാക്കുന്നതിന് തുല്യമാണ്. ഭരണഘടനയുടെ സൃഷ്ടിയാണ് സംസ്ഥാന നിയമനിർമ്മാണ സഭ. ആ സഭയുടെ നിർമ്മിതിയാണ് ലോകായുക്തനിയമം. ആ നിയമത്തിന് ഭരണഘടനാ നിർദ്ദേശത്തിനു മേൽ ആധിപത്യം നേടുന്നത് ജനാധിപത്യമൂല്യത്തിന് പറ്റിയതല്ല.

ദേശാഭിമാനി, 2022 ജനുവരി 28

തടവിലാക്കപ്പെട്ട നിയമസഭാംഗത്തിന്റെ അവകാശം

പതിനാലാം കേരള നിയമസഭയുടെ 7-ാം സമ്മേളനത്തിന്റെ സമൻസ് എല്ലാ നിയമസഭാംഗങ്ങൾക്കും അയച്ചതിലൂടെ എല്ലാ അംഗങ്ങളും സഭാനടപടികളിൽ പങ്കെടുക്കണമെന്നാണ് ചട്ടം അനുശാസിക്കുന്നത്. ക്രിമിനൽ കേസിൽ ഉൾപ്പെട്ട് വിചാരണത്തടവുകാരനായി ജയിലിൽ കഴിയുന്ന കോവളം എം എൽ എ എം വിൻസെന്റിനും സമൻസ് അയച്ചിരുന്നു. സഭാ നടപടികളിൽ പങ്കെടുക്കുന്നതിനാണ് സാധാരണ സമൻസ് അയയ്ക്കുന്നത്. ജയിലിലായ വിൻസെന്റ് എപ്രകാരം തന്റെ അവകാശം വിനിയോഗിക്കും? കോടതി ഉത്തരവിലൂടെ തടവിൽ പാർപ്പിക്കപ്പെട്ട എം എൽ എയ്ക്ക് ജനാധിപത്യ പ്രക്രിയയുടെ അന്തഃസത്തയായ നിയമസഭാ നടപടികളിൽ എങ്ങനെ ഭാഗഭാക്കാകാനാകും? കോടതി ഉത്തരവ് സഭാംഗത്തിന്റെ അവകാശത്തിന് വിധേയമായി പ്രവർത്തിക്കേണ്ടതാണോ? സഭ നടക്കുമ്പോൾ സഭയിൽ ഹാജരാകുക എന്നത് അംഗത്തിന്റെ അനിഷേദ്ധ്യമായ അവകാശമാണോ? അങ്ങനെയെങ്കിൽ അംഗത്തിനെ ജയിലിൽനിന്ന് പൊലീസ് അകമ്പടിയോടെ സഭാ നടപടികളിൽ പങ്കെടുപ്പിക്കാനായി കൊണ്ടുവരേണ്ടതല്ലേ? തടവിൽ പാർപ്പിച്ചു എന്ന കാരണത്താൽ അംഗത്തിന്റെ അവകാശം സസ്പെൻഡ് ചെയ്തിട്ടുണ്ടോ? ഇത്തരം സംഗതികൾ ഒന്ന് പരിശോധിക്കാവുന്നതാണ്.

ക്രിമിനൽ കേസിൽ ഉൾപ്പെടുന്നതും അതിനെത്തുടർന്ന് അറസ്റ്റ് ചെയ്യപ്പെടുന്നതും വ്യക്തിപരമായി സംഭവിക്കുന്ന ഒരു പ്രക്രിയയാണ്. എന്നാൽ സഭാംഗം അറസ്റ്റിൽ നിന്ന് സ്വതന്ത്രനാവണമെങ്കിൽ നിയമസഭയ്ക്ക് അദ്ദേഹത്തിനുമേൽ അംഗമെന്ന നിലയിലുള്ള അദ്ദേഹത്തിന്റെ സേവനത്തിനായി മുൻഗണനാവകാശം ഉണ്ടായിരിക്കേണ്ടതാണ്. അപ്രകാരമെങ്കിൽ കോടതിയോ, മറ്റധികാരസ്ഥാപനങ്ങളോ അംഗത്തിന്റെ

അവകാശം തടസ്സപ്പെടുത്തുകയോ തടയുകയോ ചെയ്താൽ അത് സഭയുടെ അവകാശലംഘനമായി മാറുന്നതാണ്. അത് സഭയെയും അതിന്റെ നടപടിക്രമങ്ങളെയും അപമാനിക്കുന്നതിന് തുല്യമാണ്. ഇന്ത്യയിൽ പാർലമെന്റ് അംഗത്തിനും നിയമസഭാംഗത്തിനും അറസ്റ്റിൽ നിന്നുള്ള പ്രതിരോധം ഇംഗ്ലണ്ടിലെ ഹൗസ് ഓഫ് കോമൺസിനുള്ള അവകാശത്തിനു തുല്യമാണ്. ഭരണഘടനയുടെ അനുച്ഛേദം 105(3)ഉം 194(3) ഉം ആണത് പ്രഖ്യാപിക്കുന്നത്. സിവിൽ നടപടി നിയമം 135 (എ) വകുപ്പ് പ്രകാരം പാർലമെന്റംഗത്തെയും നിയമസഭാംഗത്തെയും സഭാ നടപടികൾ തുടങ്ങുന്നതിന് 40 ദിവസം മുമ്പോ ശേഷമോ അഥവാ സഭാനടപടികൾ തുടരുന്ന സമയത്തോ അറസ്റ്റ് ചെയ്യാൻ പാടില്ല എന്ന് നിഷ്കർഷിച്ചിട്ടുണ്ട്. അംഗത്തിന് സുഗമമായി സഭാ നടപടികളിൽ പങ്കെടുക്കാനായിട്ടാണ് ഇത്തരം പ്രതിരോധം സിവിൽ നിയമത്തിൽ നിലനിറുത്തിയിട്ടുള്ളത്. എന്നാൽ ഇത് സിവിൽ നടപടികളിൽ മാത്രമായുള്ള അവകാശമാണ്. ക്രിമിനൽ കേസിൽ ഉൾപ്പെട്ട അംഗത്തിന് പക്ഷേ, ഈ പരിരക്ഷ ക്രിമിനൽ നടപടി നിയമം നൽകുന്നില്ല. അനവധി സുപ്രീം കോടതി വിധികളും ഹൈക്കോടതി വിധികളും ഇത് സംബന്ധിച്ച് വ്യക്തമായ വ്യാഖ്യാനങ്ങൾ നൽകിയിട്ടുണ്ട്. ഇന്ദിരാഗാന്ധിയും രാജ് നാരായണനും തമ്മിലുള്ള കേസിൽ സുപ്രീം കോടതി ഇത് സംബന്ധിച്ച് ക്രിമിനൽ കേസിൽ ഉൾപ്പെട്ട അംഗത്തിന് അറസ്റ്റിൽ നിന്ന് ഒഴിവാകാൻ അവകാശമില്ല എന്ന് വ്യക്തമാക്കിയിട്ടുണ്ട്.

ക്രിമിനൽ കേസിൽ അറസ്റ്റിൽ നിന്ന് ഒഴിവാകാൻ അംഗത്തിന് അവകാശമില്ലെങ്കിലും അറസ്റ്റ് സംബന്ധിച്ച വിവരം അറിയാൻ സഭയ്ക്ക് അവകാശമുണ്ട്. കേരള നിയമസഭാ നടപടിക്രമം ചട്ടം 161, 162 എന്നിവ പ്രകാരം അറസ്റ്റിന്റെ വിവരം, ആരോപിക്കപ്പെട്ട കുറ്റകൃത്യം, പൊലീസ് സ്റ്റേഷൻ, റിമാന്റ് ചെയ്ത തീയതി, റിമാന്റ് കാലാവധി, റിമാന്റ് കഴിഞ്ഞ് ജാമ്യത്തിലോ മറ്റോ വിട്ടയയ്ക്കുന്ന സംഗതി എന്നിവ വ്യക്തമാക്കി തടവിൽ പാർപ്പിക്കാൻ ഉത്തരവിട്ട കോടതിയോ, മജിസ്ട്രേറ്റോ സ്പീക്കറെ വസ്തുതകൾ അറിയിക്കേണ്ടതാണ്. അറസ്റ്റ് ചെയ്യപ്പെട്ട് തടവിലാക്കപ്പെട്ട ഒരംഗത്തിന് എപ്രകാരം തന്റെ അവകാശം വിനിയോഗിക്കണമെന്നും സഭയിൽ ഹാജരായി നടപടികളിൽ പങ്കെടുക്കുക എന്നത് ഏറ്റവും പരമവും പ്രധാനവുമായ കർത്തവ്യമാണെന്നും അത് കോടതികൾക്കു പോലും ഇല്ലാതാക്കാൻ അധികാരമില്ല എന്നും സുപ്രീംകോടതിയിൽ വാദിക്കുകയുണ്ടായി. കുഞ്ഞൻ നാടാരും തിരുവിതാംകൂർ സംസ്ഥാനവും എന്ന കേസിൽ കോടതി ഈ വിഷയം പരിശോധിക്കുകയുണ്ടായി. കോടതികൾക്ക് ഒരംഗത്തെ തടവിൽ പാർപ്പിക്കാൻ ഉത്തരവിടാമെങ്കിലും പ്രസ്തുത ഉത്തരവ് അംഗത്തിന്റെ സഭയിൽ ഹാജരാകാനുള്ള അവകാശത്തിന് വിധേയമായി വരുന്നതാണെന്നും സഭ സമ്മേളിക്കുമ്പോൾ സമൻസ് ലഭിച്ചാൽ അംഗത്തിന് സഭയിൽ ഹാജരാകുന്നതിന് യാതൊന്നും തടസ്സമാകുന്നില്ല എന്നും വാദിക്കുകയുണ്ടായി. എന്നാൽ

ഈ വാദം നിരാകരിച്ചുകൊണ്ട് അംഗത്തെ നിയമപരമായ നടപടികളിലൂടെ അറസ്റ്റ് ചെയ്ത് തടവിൽ പാർപ്പിക്കാമെന്നും അങ്ങനെ സംഭവിച്ചാൽ സഭയിൽ ഹാജരാകാനുള്ള അവകാശം അംഗത്തിന് നഷ്ടപ്പെടുകയാണെന്നും കോടതി വ്യാഖ്യാനിക്കുകയുണ്ടായി. അത്തരം സന്ദർഭങ്ങളിൽ റിട്ട് ഹർജിയിലൂടെ ക്രിമിനൽ കോടതികളോട് അംഗത്തിനെ സഭയിൽ ഹാജരാക്കാൻ നിർദ്ദേശം നൽകാൻ മേൽക്കോടതികൾക്ക് അധികാരമില്ല. തടവിലാക്കപ്പെട്ടാൽ അംഗത്വം നഷ്ടപ്പെടുമോ എന്ന ചോദ്യവും ഉന്നയിക്കപ്പെട്ടിരുന്നു. സഭയിൽ ഹാജരായി നടപടി ക്രമത്തിൽ പങ്കെടുക്കാൻ കഴിയുന്നില്ലെങ്കിൽ സ്വാഭാവികമായും അംഗത്വം നഷ്ടമാവില്ലേ എന്ന് ഉന്നയിക്കാവുന്നതാണ്. എന്നാൽ തടവിലാക്കപ്പെട്ടു എന്ന കാരണത്താൽ അംഗത്വം നഷ്ടപ്പെടുന്നില്ല. തിരഞ്ഞെടുപ്പ് കേസിലോ, ക്രിമിനൽ കേസിലോ, അഴിമതി കേസിലോ ശിക്ഷിക്കപ്പെട്ട് വിധിന്യായത്തിൽ അംഗത്വം നഷ്ടപ്പെട്ടതായി കോടതി പ്രഖ്യാപിക്കുമ്പോൾ മാത്രമാണ് അംഗത്വം നഷ്ടമാകുക.

സമാനമായ ഒരു സംഭവവും കീഴ്‌വഴക്കവും കേരള നിയമസഭയിൽ ഉളവായത് ഈ അവസരത്തിൽ വിവരിക്കാതെ പോകുന്നത് അനുചിതമാണ്. 1976 ലെ അടിയന്തരാവസ്ഥ കാലഘട്ടത്തിൽ 'മിസ' തടവു നിയമപ്രകാരം കണ്ണൂരിലെ കൂത്തുപറമ്പ് നിയോജക മണ്ഡലത്തെ പ്രതിനിധീകരിച്ചിരുന്ന എം എൽ എ ആയിരുന്ന ഇപ്പോഴത്തെ മുഖ്യമന്ത്രി പിണറായി വിജയനെയും മറ്റ് ഒമ്പത് നിയമസഭാംഗങ്ങളെയും പൊലീസ് അറസ്റ്റ് ചെയ്ത് കോടതി ഉത്തരവുപ്രകാരം കണ്ണൂർ സെൻട്രൽ ജയിലിൽ തടവിൽ പാർപ്പിക്കുകയുണ്ടായി. ജയിലിലായതിനാൽ അവർക്ക് സഭാനടപടികളിൽ പങ്കെടുക്കാൻ കഴിഞ്ഞില്ല. ഇത് സംബന്ധിച്ച് സ്വന്തം കൈപ്പടയിൽ പിണറായി വിജയൻ 21.02.1976 ൽ അന്നത്തെ സ്പീക്കർ ആയിരുന്ന ടി എസ് ജോണിന് ഒരു അപേക്ഷ അയച്ചിരുന്നു. അതിൽ പ്രധാനമായും ചില സംഗതികൾ ഉന്നയിച്ചിരുന്നു.

(1) അസംബ്ലി നടപടികളിൽ അംഗങ്ങൾ പങ്കെടുത്താൽ മാത്രമേ അവർക്ക് അവരുടെ അവകാശം ശരിയായി വിനിയോഗിക്കാൻ കഴിയൂ.
(2) ചോദ്യങ്ങൾ ചോദിക്കാനും ചോദ്യങ്ങൾക്ക് ഉത്തരം ലഭിക്കാനും ജയിലിൽ കിടന്നുകൊണ്ട് കഴിയുകയില്ല.
(3) അസംബ്ലി നടപടികളുടെ അതത് ദിവസത്തെ കടലാസുകൾ ജയിലിൽ എത്തിച്ചു നൽകണം.

ഇതോടൊപ്പം പ്രസ്തുത കത്തിൽ മറ്റു ചില ഗൗരവകരമായ പ്രശ്നങ്ങളും അടങ്ങിയിട്ടുണ്ടായിരുന്നു. അതായത്, ജനാധിപത്യത്തിന്റെ പുരോഗമനം എന്ന ആശയംകൊണ്ട് വിവക്ഷിക്കുന്നത് അംഗങ്ങളെ ജയിലിൽ പാർപ്പിച്ച് സഭ നടത്തിക്കൊണ്ടുപോകുക എന്നതല്ല. അംഗങ്ങൾ സഭ

യിൽ ഹാജരായി ചോദ്യങ്ങൾ ചോദിച്ച് ചർച്ചകളിൽ പങ്കെടുത്താണ് ജനാധിപത്യ പ്രക്രിയ സക്രിയമാകുന്നത്. സഭാചട്ടങ്ങൾ ഉണ്ടാക്കിയപ്പോൾ അംഗങ്ങൾക്ക് സഭയിൽ ഹാജരാകാൻ കഴിയാത്ത സാഹചര്യത്തെ എങ്ങനെ നേരിടണം എന്നും അംഗങ്ങൾ എപ്രകാരം അത്തരം സാഹചര്യങ്ങളിൽ അവകാശങ്ങൾ വിനിയോഗിക്കും എന്ന കാര്യം പരിഗണിച്ചിട്ടില്ല എന്നും കത്തിൽ ചൂണ്ടിക്കാട്ടിയിരുന്നു. ഇവ പരിശോധിച്ച സ്പീക്കർ ഇത്തരമൊരു സംഗതിക്ക് കീഴ്വഴക്കമില്ല എന്നുകാണുകയും എന്നാൽ അംഗം കത്തിൽ ഉന്നയിച്ച സംഗതി ഗൗരവമുള്ളതാണെന്നും അംഗത്തിന് തടവിൽ പാർപ്പിക്കപ്പെട്ടതിനാൽ സഭയിൽ ഹാജരാകാൻ തടസ്സമുണ്ടെന്നും പക്ഷേ, അംഗമെന്ന നിലയിൽ സഭാ നടപടികളുടെ അതത് ദിവസത്തെ കടലാസുകൾ ജയിലിൽ എത്തിച്ചു കിട്ടാൻ അവകാശമുണ്ടെന്നും റൂളിംഗ് നൽകുകയുണ്ടായി. ഈ കീഴ്വഴക്കം എം വിൻസെന്റ് എം എൽ എയ്ക്കും ബാധകമാണ്. അദ്ദേഹത്തിന് സഭയിൽ ഹാജരാകാൻ കഴിയില്ല. എങ്കിലും സഭയുടെ അതത് ദിവസത്തെ നടപടികളുടെ കടലാസുകൾ ജയിലിൽ എത്തിച്ചുകൊടുക്കാൻ നിയമസഭാ സെക്രട്ടറിയേറ്റിന് ചുമതലയുണ്ട്. മേൽ വിവരിച്ച സംഗതികളിൽനിന്ന് കോടതി ഉത്തരവ് പ്രകാരം തടവിൽ പാർപ്പിക്കപ്പെട്ട നിയമസഭാംഗത്തിന്റെ അവകാശം താഴെ പറയും പ്രകാരം സംഗ്രഹിക്കാവുന്നതാണ്.

1. സഭാംഗത്തിന് സഭയിൽ ഹാജരായി നടപടികളിൽ പങ്കെടുക്കാൻ കഴിയില്ല.
2. അംഗത്തിന്റെ അംഗത്വാവകാശം നഷ്ടപ്പെടുന്നില്ല.
3. അംഗത്തിന് ക്രിമിനൽ കേസിൽ അറസ്റ്റിൽ നിന്ന് ഒഴിവാകാൻ കഴിയില്ല.
4. അംഗത്തിന് നിയമസഭ ചേരുമ്പോൾ സഭാ നടപടികളുടെ ദൈനംദിന രേഖകൾ ലഭ്യമാകാൻ അവകാശമുണ്ട്.

കേരളകൗമുദി, 2018 ആഗസ്റ്റ് 10

ശബരിമല തീവയ്പും കേശവമേനോൻ റിപ്പോർട്ടും

ശബരിമലക്കേസിലെ വിധി ഉളവാക്കിയ പ്രക്ഷുബ്ധതയിലാണല്ലോ കേരളമിപ്പോൾ. ഇതിനിടെ ശബരിമലയിൽ വർഷങ്ങൾക്കുമുമ്പ് നടന്ന തീവയ്പ് ഓർമ്മിക്കുന്നത് നന്നായിരിക്കും. പുതുതലമുറ ഈ സംഭവത്തെക്കുറിച്ച് അജ്ഞരായിരിക്കും.

1950 ജൂൺ 16 ന് അന്നത്തെ ദേവസ്വം കമ്മീഷണറും ദേവസ്വം പ്രസിഡന്റും ഇൻസ്പെക്ടർ ജനറൽ ഓഫ് പൊലീസിന് (അന്ന് ഡി ജി പി തസ്തിക ഇല്ല) പരാതി നൽകി. 14.06.1950 ന് രാവിലെ ശബരിമല നടതുറക്കാനെത്തിയ ശാന്തിക്കാരൻ (അന്ന് മേൽശാന്തിയില്ല) ശ്രീകോവിലും മണ്ഡപവും സ്റ്റോർമുറിയും പൂർണ്ണമായും കത്തിനശിച്ചതായും അയ്യപ്പവിഗ്രഹം തകർത്തതായും കാണുകയുണ്ടായി. മെയ് 20 ന് പതിവ് മേടമാസ പൂജ കഴിഞ്ഞ് നടയടച്ചശേഷം ക്ഷേത്രംപൂട്ടി ശാന്തിക്കാരൻ മടങ്ങിയതാണ്. ജൂൺ 14 ന് നട തുറന്നപ്പോൾ കണ്ടത് സ്റ്റോർ മുറിയും അടുക്കളയും തുറന്ന് പാത്രങ്ങളും വസ്തുക്കളും വാരി പുറത്തിട്ടിരിക്കുന്നതായും മണ്ണെണ്ണ വിളക്ക് ശ്രീകോവിലിൽ ഉപേക്ഷിക്കപ്പെട്ട നിലയിലും ആണ്. ശാന്തിക്കാരൻ ദേവസ്വം കമ്മീഷണറെയും ദേവസ്വം പ്രസിഡന്റിനെയും വിവരമറിയിച്ചു. പരാതിയെ തുടർന്ന് ഐ.ജി. കൊല്ലം ജില്ലാ സൂപ്രണ്ടിനോട് ഉടൻ സ്ഥലത്തെത്തി അന്വേഷണം നടത്താൻ ഉത്തരവിട്ടു. പൊലീസ് അന്വേഷണം തുടരവെ അന്നത്തെ തിരു-കൊച്ചി മുഖ്യമന്ത്രി പറവൂർ ടി കെ നാരായണപിള്ള, ഡെപ്യൂട്ടി പൊലീസ് ഐ ജി കെ കേശവമേനോനെ ഏകാംഗ അന്വേഷണ കമ്മീഷണറായി നിയമിച്ചു.

വിശദമായ അന്വേഷണത്തിന് ശേഷം കേശവമേനോൻ സർക്കാരിന് റിപ്പോർട്ട് സമർപ്പിച്ചു. പറവൂർ നാരായണപിള്ളയുടെ മന്ത്രിസഭ രാജി

വച്ചതിനെ തുടർന്ന് സി.കേശവൻ മുഖ്യമന്ത്രിയായ സർക്കാരിനായിരുന്നു റിപ്പോർട്ട് സമർപ്പിച്ചത്. കമ്മീഷൻ പ്രധാനമായും രണ്ട് നിഗമനങ്ങളിലാണ് എത്തിച്ചേർന്നത്.

1. ശ്രീകോവിലിന്റെ പ്രധാന വാതിലിൽ ആഞ്ഞ് വെട്ടിയതിന്റെ പതിനഞ്ച് വിള്ളലുകൾ കാണപ്പെട്ടിരുന്നു. ഇത് വെളിവാക്കുന്നത് തീപിടിത്തം ആകസ്മികമല്ലെന്നും ശ്രീകോവിൽ വെട്ടിപ്പൊളിച്ചതുമാണെന്നാണ്.

2. ശ്രീകോവിലെ അയ്യപ്പവിഗ്രഹം തകർക്കപ്പെട്ടിരുന്നു. ഇടത് കൈപ്പത്തിയും വിരലുകളും അറ്റുപോയിരുന്നു. വിഗ്രഹത്തിന്റെ മുഖത്തും നെറ്റിയിലും വെട്ടേറ്റ പാടുകളുണ്ടായിരുന്നു. ശ്രീകോവിലിൽ ഉപേക്ഷിക്കപ്പെട്ട കോടാലി വാതിൽ തകർക്കാനും വിഗ്രഹം തച്ചുടയ്ക്കാനും ഉപയോഗിച്ചതാണെന്നും കണ്ടെത്തി. വിഗ്രഹത്തിന് സമീപം സ്വർണ്ണം, വെള്ളി എന്നിവയിൽ നിർമ്മിച്ച പാത്രങ്ങളും മറ്റും മോഷ്ടിക്കപ്പെട്ടിട്ടില്ലാത്തതിനാൽ മോഷണമായിരുന്നില്ല ഉദ്ദേശ്യമെന്നും കണ്ടെത്തി. ശ്രീകോവിലിന്റെ കഴുക്കോലുകൾക്കിടയിൽ നെയ്യിൽ പൊതിഞ്ഞ തുണികൾ ചേടിവച്ച് തീകത്തിച്ച നിലയിൽ കാണപ്പെട്ടതിന് പിന്നിലുള്ളത് ചെമ്പിലും പിത്തളത്തകിടിലും നിർമ്മിച്ച മേൽക്കൂര തന്ത്രപരമായി കത്തിക്കുക എന്ന ഉദ്ദേശ്യമായിരുന്നു.

അനവധിപേരെ ചോദ്യം ചെയ്ത കമ്മീഷൻ കണ്ടെത്തിയത് 1125 ഇടവം 7 നും 12 നും ഇടയിൽ (1950 മെയ് 20 നും 25 നും ഇടയിൽ) രാത്രിയിലെപ്പോഴോ ആണ് അക്രമികൾ ക്ഷേത്രത്തിന് തീവച്ചതെന്നായിരുന്നു. ദൃക്സാക്ഷികളില്ലെങ്കിലും പ്രധാനസാക്ഷിയായി കമ്മീഷൻ മുമ്പാകെ മൊഴി നൽകിയത് നീലകണ്ഠൻ എന്ന മലയൻ പണ്ടാരമാണ്. ഒരു മാസത്തെ അന്വേഷണത്തിനൊടുവിലാണ് അയാളെ കമ്മീഷൻ കണ്ടുപിടിച്ചത്. ശബരിമല കാട്ടിൽ അലഞ്ഞുതിരിഞ്ഞ് ജീവിക്കുന്നയാളാണ് നീലകണ്ഠൻ. അയാളുടെ മൊഴിയനുസരിച്ച് ശബരിമലയുടെ ഏറ്റവും അടുത്തുള്ള ജനവാസസ്ഥലം ഗ്രാമമല്ല എസ്റ്റേറ്റ് ആണ്. അതും 12 മൈൽ ചുറ്റളവിൽ ആൾത്താമസമില്ലാത്ത റിസർവ് കാട്. നീലകണ്ഠൻ പറഞ്ഞത് ഇടവം 11 ന് ശബരിമലയിലെ ആദ്യത്തെ മഴ പെയ്തു എന്നാണ്. പൊടിയൻ എന്ന ആദിവാസി, 12 ന് താൻ ക്ഷേത്രപരിസരത്ത് എത്തിയിരുന്നെന്നും ക്ഷേത്രം തീവച്ച് നശിപ്പിക്കപ്പെട്ട നിലയിൽ കണ്ടെന്നും മൊഴി നൽകി.

ക്ഷേത്രം തീവച്ച് നശിപ്പിക്കാൻ കുറഞ്ഞത് 12 മണിക്കൂറെങ്കിലും വേണ്ടിവന്നിട്ടുണ്ടെന്നും കണ്ടെത്തി. ആദ്യത്തെ മഴയ്ക്ക് മുമ്പ്, പകൽ ക്ഷേത്രപരിസരത്ത് പുകയുയരുന്നത് കണ്ടതായി നീലകണ്ഠൻ മൊഴി നൽകിയിരുന്നു. അന്വേഷണത്തിൽ നാല് സംഘങ്ങളുടെ സഞ്ചാരം കമ്മീഷന്റെ ശ്രദ്ധയിൽപ്പെട്ടു. അവരെ വിശദമായി ചോദ്യം ചെയ്തതിൽനിന്നും നായാട്ടു സംഘങ്ങളാണെന്ന് ബോദ്ധ്യപ്പെട്ടു. റിസർവ് ഫോറസ്റ്റിൽ അനുമതിയില്ലാതെ, ലൈസൻസ് ഇല്ലാത്ത തോക്കുകൾ ഉപയോഗിച്ച് കല

മാൻ, കാട്ടുപോത്ത്, മലയണ്ണാൻ എന്നിവയെ വേട്ടയാടി ഇറച്ചിവിൽക്കുന്നവരാണ് ഇവരെന്നും വെളിപ്പെട്ടു. ഇവരിൽ ഒരു സംഘം ഒരു എസ്റ്റേറ്റ് ഉടമയുടെ നിർദ്ദേശപ്രകാരം കാട്ടിൽ പ്രവേശിച്ചതായിരുന്നുവെന്നും കമ്മീഷൻ കണ്ടെത്തി.

സാഹചര്യത്തെളിവുകളുടെ അടിസ്ഥാനത്തിൽ കമ്മീഷന്റെ കണ്ടെത്തൽ നാല് നായാട്ട് സംഘത്തിൽ ഒരു സംഘമാണ് ക്ഷേത്രത്തിന് തീവച്ചതും വിഗ്രഹത്തിന് കേടു വരുത്തിയതും എന്നാണ്. എന്നാൽ ഇവരെ കോടതിയിൽ വിചാരണ ചെയ്യാൻ തക്ക തെളിവുകൾ ലഭിക്കാത്തതിനാൽ ഇവർക്കെതിരെ കുറ്റപത്രം സമർപ്പിക്കാൻ കഴിയില്ലെന്നാണ് കമ്മീഷൻ അഭിപ്രായപ്പെട്ടത്. കേശവമേനോൻ കമ്മീഷൻ റിപ്പോർട്ടിലെ വസ്തുതകൾ ഗൗരവകരവും ശ്രദ്ധേയവും ആയിരുന്നെന്ന് പറയാതെ വയ്യ. ശബരിമല ക്ഷേത്രത്തിന്റെ പിൻകാല ചരിത്രത്തിലേക്ക് ഒരെത്തിനോട്ടത്തിന് കമ്മീഷൻ റിപ്പോർട്ടും വസ്തുതാശേഖരണവും വെളിച്ചം പകരും.

കേരളകൗമുദി, 2018 ഒക്ടോബർ 22

കവനന്റും പന്തളം കൊട്ടാരവും

ശബരിമലക്കേസിലെ വിധിയുടെ അടിസ്ഥാനത്തിൽ യുവതികൾ ദർശനത്തിനെത്തിയപ്പോൾ ദേവസന്നിധി അശുദ്ധമാകുമെന്നും അപ്രകാരം സംഭവിച്ചാൽ ശബരിമല ക്ഷേത്രനട അടച്ച് താക്കോൽ പന്തളം കൊട്ടാരത്തിൽ ഏൽപ്പിക്കണമെന്നും അപ്രകാരം താക്കോൽ ഏറ്റുവാങ്ങുന്നതിന് കവനന്റ് തങ്ങൾക്ക് അധികാരം നൽകുന്നുവെന്നും പന്തളം കൊട്ടാരം പ്രതിനിധി പ്രഖ്യാപിക്കുകയുണ്ടായി. എന്താണ് ഈ കവനന്റ്, എന്താണ് അതിന്റെ പ്രസക്തി എന്നിവ പരിശോധിക്കുകയാണിവിടെ.

കവനന്റ്

1949 മെയ് മാസം 27-ാം തീയതി തിരുവിതാംകൂർ മഹാരാജാവും കൊച്ചി രാജാവും ഇന്ത്യാ ഗവൺമെന്റിന്റെ പ്രതിനിധിയായിരുന്ന വി.പി. മേനോനും ചേർന്ന് ഒപ്പിട്ട കരാർ അഥവാ പ്രമാണമാണ് കവനന്റ്. പ്രസ്തുത കവനന്റിന്റെ പകർപ്പ് കേരള നിയമസഭയുടെ ലൈബ്രറിയിൽ സൂക്ഷിച്ചിട്ടുണ്ട്. കവനന്റിന്റെ 1-ാം അനുച്ഛേദത്തിൽ പറയുന്നത് 1949 ജൂലായ് 1-ാം തീയതി മുതൽ കൊച്ചി സംസ്ഥാനവും തിരുവിതാംകൂറും ഒന്നിച്ച് ലയിച്ച് തിരുവിതാംകൂർ സംസ്ഥാനമായി അറിയപ്പെടുമെന്നും യോജിച്ച തിരുകൊച്ചിക്ക് പൊതുവായ ഭരണകൂടവും നിയമനിർമ്മാണ സഭയും നീതിന്യായ സംവിധാനവും ഉണ്ടെന്നും വ്യക്തമാക്കുന്നു. അനുച്ഛേദം 3(സി) യിൽ പറയുന്നത് ഈ രണ്ട് സംസ്ഥാനങ്ങളുടെയും ആസ്തി ബാദ്ധ്യതകൾ പൊതുവായി തിരുകൊച്ചി സംസ്ഥാനത്തിന്റെ ആസ്തി ബാദ്ധ്യതയായി മാറുമെന്നാണ്. കവനന്റിൽ ആകെ 22 അനുച്ഛേദങ്ങൾ ഉണ്ട്. അനുച്ഛേദം 14 ൽ തിരുകൊച്ചി സംസ്ഥാനത്തിന് പൊതുവായി ഒരു രാജപ്രമുഖൻ ഉണ്ടായിരിക്കുമെന്നും തിരുവിതാംകൂർ രാജാവാണ്

അപ്രകാരം രാജപ്രമുഖനെന്നും വ്യക്തമാക്കുന്നു. അനുച്ഛേദം 8 പ്രധാനപ്പെട്ടതാണ്. അനുച്ഛേദം 8(എ) വ്യക്തമാക്കുന്നത് ഓരോ കൊല്ലവും തിരുവിതാംകൂർ സംസ്ഥാനം അമ്പത് ലക്ഷം രൂപ ദേവസ്വം ഫണ്ടിലേക്ക് നൽകേണ്ടതുണ്ടെന്നും കൂടാതെ ഓരോ വർഷവും ഒരു ലക്ഷം രൂപ ശ്രീപണ്ടാരവകയായി നൽകണമെന്നും പ്രസ്തുത തുക കവനന്റ് നിലവിൽ വന്നശേഷം തിരുകൊച്ചി സംസ്ഥാനം പൊതുവായി നൽകണമെന്നുമാണ്. അനുച്ഛേദം 8(ബി) യിൽ ശ്രീപദ്മനാഭസ്വാമി ക്ഷേത്രത്തിന്റെ സ്വത്തും പണ്ടാരവക വസ്തുക്കളും ഓരോ വർഷവും നൽകേണ്ട ഒരുലക്ഷം രൂപയും കൈകാര്യം ചെയ്യാൻ തിരുവിതാംകൂർ രാജാവ് 1949 ആഗസ്റ്റ് 1–ന് അകം ഒരു എക്സിക്യൂട്ടീവ് ഓഫീസറെ അതിനായി തന്റെ കീഴിൽ നിയമിക്കണമെന്ന് നിർദ്ദേശിക്കുന്നു. ശ്രീപദ്മനാഭ സ്വാമിക്ഷേത്രം ഒഴിച്ചുള്ള എല്ലാ ഹിന്ദുമതസ്ഥാപനങ്ങളുടെയും ക്ഷേത്രങ്ങളുടെയും ഭരണവും കൈകാര്യവും തിരുവിതാംകൂർ ദേവസ്വം ബോർഡിൽ 1949 ആഗസ്റ്റ് 1 മുതൽ നിക്ഷിപ്തമായിരിക്കുമെന്ന് അനുച്ഛേദം 8(സി) വ്യക്തമാക്കുന്നു. കൊച്ചിയിലെ മറ്റു ക്ഷേത്രങ്ങളുടെയും മതസ്ഥാപനങ്ങളുടെയും ഭരണവും കൈകാര്യവും കൊച്ചി ദേവസ്വം ബോർഡിലും നിക്ഷിപ്തമെന്ന് അനുച്ഛേദം 8(ഡി) വ്യക്തമാക്കുന്നു. അനുച്ഛേദം 8 (ഡി) യുടെ ഉപഅനുച്ഛേദത്തിൽ തൃപ്പൂണിത്തുറ പൂർണ്ണത്രയീശ ക്ഷേത്രത്തിന്റെയും പഴയന്നൂർ ഭഗവതി ക്ഷേത്രത്തിന്റെയും ആചാര അനുഷ്ഠാനങ്ങൾ അതുപോലെ തുടരണമെന്നും അതുസംബന്ധിച്ച തീരുമാനം എടുക്കാൻ കൊച്ചി രാജാവിന് അധികാരം ഉണ്ടെന്നും പറയുന്നു. അനുച്ഛേദം 8(എച്ച്) പ്രധാനപ്പെട്ടതാണ്. ഈ കവനന്റ് പ്രകാരം നൽകിയിട്ടുള്ള അധികാരങ്ങൾ പുതിയ നിയമം അതിന്മേൽ നിർമ്മിക്കപ്പെടുന്നതോടെ ഇല്ലാതാവുന്നതാണ് എന്ന് വ്യക്തമാക്കുന്നു. പിന്നീട് തിരുവിതാംകൂർ കൊച്ചി രാജാക്കന്മാർക്ക് അധികാരം നഷ്ടപ്പെട്ട് തിരുകൊച്ചി സംസ്ഥാന ജനകീയ മന്ത്രിസഭ പറവൂർ ടി.കെ. നാരായണപിള്ളയുടെ നേതൃത്വത്തിൽ രൂപീകരിക്കപ്പെട്ടപ്പോൾ നിർമ്മിച്ച തിരുവിതാംകൂർ കൊച്ചി ഹിന്ദുമത സ്ഥാപന നിയമം 1950 ൽ ശ്രീപദ്മനാഭ സ്വാമി ക്ഷേത്രത്തിന്റെയും തൃപ്പൂണിത്തുറ ക്ഷേത്രത്തിന്റെയും പഴയന്നൂർ ഭഗവതിക്ഷേത്രത്തിന്റെയും ആചാര അനുഷ്ഠാന കർമ്മങ്ങൾ സംബന്ധിച്ച നടപടി അതേപടി തുടരാനും സ്വത്തുക്കളുടെ ഭരണാവകാശം കൊച്ചി തിരുവിതാംകൂർ ദേവസ്വം ബോർഡിൽ നിക്ഷിപ്തമാക്കാനും തീരുമാനിച്ചു. പിന്നീട് കേരള പിറവിക്കുശേഷം 1965–ലെ നിയമത്തിലും ഇത് തുടരുന്നു.

ഈ കവനന്റ് ഉണ്ടാക്കിയത് 1935 ലെ ഗവൺമെന്റ് ഓഫ് ഇന്ത്യ ആക്ട് വകുപ്പ് 6 പ്രകാരം ആണ്. പിന്നീട് 1947 ൽ ഇന്ത്യൻ ഇൻഡിപെന്റൻസ് ആക്ട് നിലവിൽ വന്നപ്പോൾ 1935 ലെ ഗവൺമെന്റ് ഓഫ് ഇന്ത്യാ ആക്ട് റദ്ദ് ചെയ്യപ്പെട്ടു. കവനന്റിന്റെ അനുച്ഛേദം 8(സി)യും അനുച്ഛേദം 8(ഡി)യും ഉപഅനുച്ഛേദവും വ്യക്തമാക്കുന്നത് ശ്രീപദ്മനാഭ സ്വാമി ക്ഷേത്രത്തിന്റെയും തൃപ്പൂണിത്തുറ പൂർണ്ണത്രയീശ ക്ഷേത്രത്തിന്റെയും

പഴയന്നൂർ ഭഗവതി ക്ഷേത്രത്തിന്റെയും ആചാരാനുഷ്ഠാനങ്ങൾ സംബന്ധിച്ച് മാത്രം തീരുമാനം എടുക്കാൻ കൊച്ചി രാജാവിനെയും തിരുവിതാംകൂർ രാജാവിനെയും ചുമതലപ്പെടുത്തിയിട്ടുള്ളത് എന്നാണ്. മറിച്ച് ക്ഷേത്ര സ്വത്തുക്കൾ, വസ്തുക്കൾ കൈകാര്യം ചെയ്യുന്നതിനുള്ള അധികാരം തിരുവിതാംകൂർ കൊച്ചി ദേവസ്വം ബോർഡുകൾക്കാണ് നൽകിയിട്ടുള്ളത്. പന്തളം രാജാവ് ഈ കവനന്റിൽ കക്ഷിയേയല്ല. കാരണം കവനന്റ് ഒപ്പിടുമ്പോൾ പന്തളം രാജാവിന്റെ കീഴിലെ ഭൂപ്രദേശങ്ങൾ തിരുവിതാംകൂർ രാജാവിന്റെ കൈവശമായിരുന്നു. മാത്രമല്ല, പന്തളം കൊട്ടാരത്തിന്റെ കീഴിൽ ഉണ്ടായിരുന്ന 48 ഓളം ക്ഷേത്രങ്ങളുടെ അധികാരം (ആചാര സ്വത്തവകാശം) സാമ്പത്തിക ബുദ്ധിമുട്ട് മൂലം തിരുവിതാംകൂർ മഹാരാജാവിന് സമർപ്പിച്ചിരുന്നു. അതിൽ ഒരു ക്ഷേത്രമാണ് ശബരിമല ക്ഷേത്രം. അക്കാലത്ത് ശബരിമല ക്ഷേത്രം ഇന്ന് കാണുന്ന പ്രസിദ്ധിയും വരുമാനവുമുള്ള ക്ഷേത്രം അല്ലാതിരുന്നതിനാൽ സ്വാഭാവികമായും കവനന്റിൽ ഉൾപ്പെടാതെ പോയി.

കവനന്റിന്റെ നിയമസാധുത

1947 ലെ ഇന്ത്യൻ ഇൻഡിപെന്റൻസ് ആക്ട് നിലവിൽ വന്നതോടെ നാട്ടുരാജ്യങ്ങൾ ഇല്ലാതാവുകയും 1950 ൽ ഭരണഘടന നിലവിൽവന്നതോടെ ഇന്ത്യൻ റിപ്പബ്ലിക് സ്ഥാപിതമാവുകയും ചെയ്തു. 1950 ൽ ഇന്ത്യൻ ഭരണഘടന നിലവിൽ വന്നതോടെ 1935 ലെ ഗവൺമെന്റ് ഓഫ് ഇന്ത്യ ആക്ടും 1947 ലെ ഇന്ത്യൻ ഇൻഡിപെന്റൻസ് ആക്ടും അനുച്ഛേദം 395 ലൂടെ റദ്ദാക്കുകയുണ്ടായി. അന്നുവരെ നാട്ടുരാജാക്കന്മാർ ഇന്ത്യൻ ഗവൺമെന്റുമായി ഉണ്ടാക്കിയ കരാറുകളും കവനന്റുകളും സ്വമേധയാ റദ്ദാക്കപ്പെടുകയും ചെയ്തു. ഭരണഘടനയുടെ അനുച്ഛേദം 291, 362 എന്നിവ പ്രകാരം അനുവദിച്ചിരുന്ന പ്രിവി പേഴ്സും, ആനുകൂല്യങ്ങളും മാത്രം ഭരണഘടന നിലനിറുത്തി. മറ്റുള്ള എല്ലാ വ്യക്തിഗത കവനന്റുകളും കരാറുകളും ഭരണഘടന റദ്ദ് ചെയ്യുകയും ചെയ്തു. അതിനുവേണ്ടി അനുച്ഛേദം 363 എഴുതിച്ചേർത്തു. അതായത് ഭരണഘടന നിലവിൽ വരുന്നതിനുമുമ്പ് ഇന്ത്യൻ സംസ്ഥാനങ്ങളിലെ ഏതെങ്കിലും രാജാവോ ഭരണാധികാരിയോ ഇന്ത്യാ ഗവൺമെന്റുമായി ഉണ്ടാക്കിയ കവനന്റോ കരാറോ സംബന്ധിച്ച തർക്കങ്ങൾ ഒരു കോടതിയും പരിഗണിക്കാൻ പാടില്ലെന്നാണ്. അതായത് അത്തരം കവനന്റുകളും കരാറുകളും അന്നത്തെ രാഷ്ട്രീയ സാഹചര്യത്തിൽ നിർമ്മിക്കപ്പെട്ടതാണെന്നും ഭരണഘടന നിലവിൽ വന്ന ശേഷം അവയ്ക്കൊന്നും നിയമസാധുത ഇല്ലെന്നും അവയൊന്നും കോടതിയിൽ സ്ഥാപിക്കപ്പെടാൻ അർഹത ഇല്ലാത്തവയുമാണെന്നുമാണ് അനുച്ഛേദം 363 വ്യക്തമാക്കുന്നത്. എന്നാൽ മഹാരാജാക്കന്മാർക്ക് അധികാരം നഷ്ടപ്പെട്ടതിനാൽ ഭരണഘടന അവർക്ക് മാന്യവും അർഹവുമായ സ്ഥാനം നൽകുന്നതിനായി പ്രിവി പേഴ്സും ചില ആനുകൂല്യങ്ങളും അനുച്ഛേദം 291, 362

ലും നിലനിറുത്തി. എന്നാൽ 1971 ലെ 26-ാം ഭരണഘടനാ ഭേദഗതിയിലൂടെ ഇന്ദിരാഗാന്ധി അനുച്ഛേദം 291, 362 റദ്ദാക്കുകയാണ് ചെയ്തത്. പ്രസ്തുത ഭേദഗതി കോടതിയിൽ ചോദ്യം ചെയ്തെങ്കിലും സുപ്രീം കോടതിയുടെ അഞ്ചംഗ ഭരണഘടനാ ബഞ്ച് 1993 ൽ ശ്രീ രഘുനാഥ റാവു ഗണപത റാവു കേസിൽ ഭരണഘടനാ ഭേദഗതി ശരിവയ്ക്കുകയാണ് ചെയ്തത്. തന്മൂലം രാജാക്കന്മാർക്ക് ലഭിച്ചുകൊണ്ടിരുന്ന പ്രിവിപേഴ്സും മറ്റ് ആനുകൂല്യങ്ങളും ഇല്ലാതാവുകയും ചെയ്തു. ചുരുക്കത്തിൽ രാജാക്കന്മാർക്ക് യാതൊരുവിധ അധികാരവും അവകാശവും ഭരണഘടന നിലനിറുത്തിയിട്ടില്ല. സാധാരണ പൗരനുള്ള അവകാശം മാത്രമാണ് അവർക്കും ഉള്ളത്. അതായത് ശബരിമലക്ഷേത്രത്തിൽ സാധാരണ പൗരന് ലഭിക്കുന്ന ആരാധനാ സ്വാതന്ത്ര്യം മാത്രമാണ് പന്തളം രാജാവിനും ഭരണഘടന നൽകുന്നത്. മുകളിൽ സൂചിപ്പിച്ച 1993 ലെ ഭരണഘടനാ ബഞ്ചിന്റെ വിധിയിൽ 76-ാം ഖണ്ഡികയിൽ ഇപ്രകാരം പറയുന്നു. "ഭരണഘടന നിലവിൽ വന്ന ഉടൻ ഭരണഘടന നിലവിൽ വരുന്നതിന് മുമ്പ് യൂണിയൻ സംസ്ഥാനങ്ങളും കേന്ദ്രവും തമ്മിൽ ഏർപ്പെട്ടിട്ടുള്ള എല്ലാ കരാറുകളും കവനന്റുകളും അവയിൽ വ്യക്തമാക്കിയിട്ടുള്ള അവകാശങ്ങളും വ്യവസ്ഥകളും ഇല്ലാതാക്കപ്പെടുകയും അവയൊന്നുംതന്നെ സ്ഥാപിക്കപ്പെടാൻ യോഗ്യത ഇല്ലാതാവുകയാണ് ചെയ്തത്. കരാറുകാർക്കും കവനന്റുകാർക്കും യാതൊരു നിലനില്പും അവശേഷിക്കുന്നില്ല. കാരണം ഭരണഘടന നിലവിൽ വന്നാൽ ഭരണഘടന പ്രഖ്യാപിക്കുന്ന അവകാശങ്ങൾക്കും കടമകൾക്കും മാത്രമേ പ്രസക്തിയുള്ളൂ. ഇത്തരം കവനന്റുകളുടെയും കരാറുകളുടെയും വ്യവസ്ഥകളെയും അവകാശങ്ങളെയും ഭരണഘടന സംരക്ഷിക്കുന്നില്ലെന്നതാണ് വസ്തുത. "

ഇപ്രകാരമായിരിക്കെ, പന്തളം കൊട്ടാരം പ്രതിനിധിയും ക്ഷേത്രതന്ത്രിയും ക്ഷേത്രം പൂട്ടി താക്കോൽ പന്തളം കൊട്ടാരത്തിൽ ഏല്പിക്കുമെന്ന് പറഞ്ഞത് ഭരണഘടനാലംഘനമാണ്. ക്ഷേത്രം പൂട്ടി താക്കോൽ എടുക്കുക എന്നുപറഞ്ഞാൽ ക്ഷേത്രം നിലകൊള്ളുന്ന കെട്ടിടവും സ്ഥലവും കൈവശപ്പെടുത്തുക എന്നതാണ്. അതായത് ഭൂമിയിൽ നിൽക്കുന്ന കെട്ടിടം ഭൂമിക്ക് അവകാശപ്പെട്ടത് എന്നാണ് നിയമം പറയുന്നത്. അതൊരു സ്ഥാവര വസ്തുവാണ്. ശബരിമല ക്ഷേത്രത്തിന്റെ സ്ഥാവര വസ്തു കൈകാര്യം ചെയ്യാനുള്ള ഉടമസ്ഥാവകാശം കവനന്റ് പ്രകാരവും തിരുവിതാംകൂർ ദേവസ്വം ബോർഡിലാണ് നിക്ഷിപ്തമായിട്ടുള്ളത്. ഇത്തരം നിയമപ്രശ്നങ്ങൾ പഠിക്കാതെയും മനസ്സിലാക്കാതെയും പഴയ ചില ധാരണകൾ വച്ച് അഭിപ്രായം പറയുന്നത് ഭരണഘടന വിഭാവനം ചെയ്യുന്ന തത്വങ്ങൾക്കും നിയമവാഴ്ചയ്ക്കും എതിരാണ് എന്ന് മനസ്സിലാക്കുന്നത് ഉചിതമായിരിക്കും.

കേരളകൗമുദി, 2018 ഒക്ടോബർ 24

ഇളയരാജയുടെ ബൗദ്ധിക പകർപ്പവകാശം

പ്രശസ്ത സംഗീത സംവിധായകൻ ഇളയരാജ താൻ ചിട്ടപ്പെടുത്തിയ പാട്ടുകൾ അമേരിക്കയിലെ സംഗീതപരിപാടികളിൽ പ്രശസ്ത പിന്നണിഗായകരായ എസ് പി ബാലസുബ്രഹ്മണ്യവും ചിത്രയും പാടാൻ പാടില്ല എന്നും അപ്രകാരം പാടിയാൽ തനിക്ക് വലിയ സംഖ്യ നഷ്ടപരിഹാരമായി നൽകണമെന്നും ആവശ്യപ്പെട്ട് വക്കീൽ നോട്ടീസ് അയച്ചിരിക്കുകയാണല്ലോ. ഇളയരാജയുടെ നടപടിയെ പലരും വിമർശിക്കുകയും ചെയ്തു. സംഗീതം ദൈവിക സിദ്ധിയാണെന്നും അതിനെ കേവലം കച്ചവട ഉപാധിയായിക്കണ്ട് പണം സമ്പാദിക്കുന്നതിനായി ഉപയോഗിക്കുന്ന പ്രവണതയാണ് ഇളയരാജ ചെയ്തതെന്നും സംഗീത സംവിധായകന്റെ തന്നെ സഹോദരൻ ഗംഗൈ അമരൻ ചൂണ്ടിക്കാട്ടിയിരുന്നു. മറ്റുപല പ്രമുഖരും ഇതേ അഭിപ്രായം പ്രകടിപ്പിക്കുകയുണ്ടായി. എന്നാൽ ഇളയരാജ ഉന്നയിക്കുന്നത് നിയമപരമായി ശരിയാണ് എന്ന് കാണുമ്പോൾ ധാർമ്മികതയുടെ പേരിൽ അവയെ വിമർശിക്കാൻ അവകാശമില്ലാത്തതാണ്. കാരണം സമാനമായി 2015-ൽ ഇതേ ആവശ്യം ഉന്നയിച്ച് ഇളയരാജ തന്റെ ഗാനങ്ങൾ തന്റെ സമ്മതമില്ലാതെ കാസറ്റിലും സി.ഡി.കളിലുമാക്കി വിറ്റ് പണം ഉണ്ടാക്കിയിരുന്ന ചില സംഗീതക്കമ്പനികൾക്കെതിരെ പകർപ്പവകാശലംഘനം ഉന്നയിച്ച് മദ്രാസ് ഹൈക്കോടതിയിൽ നിന്ന് നിരോധന ഉത്തരവ് സമ്പാദിച്ചിരുന്നു.

ഇളയരാജയുടെ പകർപ്പവകാശം

1957 ലെ പകർപ്പവകാശ നിയമം 17-ാം വകുപ്പിലെ അനുബന്ധ പ്രകാരം ഒരു സിനിമയിൽ സംഗീതസംവിധാനം ചെയ്യുന്ന വ്യക്തിക്കാണ് പ്രസ്തുത സംഗീതത്തിന്റെ പകർപ്പവകാശ ഉടമസ്ഥാവകാശം. 2012-ലെ

ഭേദഗതി മൂലം ഉണ്ടായതാണീ അവകാശം. ഭേദഗതിക്ക് മുമ്പ് പ്രസ്തുത അവകാശം സിനിമാ നിർമ്മാതാവിനായിരുന്നു. അതിനാൽ ഒരു സിനിമയിൽ ഇളയരാജ സംഗീത സംവിധാനം നിർവ്വഹിച്ചാൽ ആ സംഗീതം പാട്ടായാലും പിന്നണി സംഗീതമായാലും അതിന്റെ പകർപ്പാവകാശ ഉടമസ്ഥാവകാശം ഇളയരാജയിൽ നിക്ഷിപ്തമായിരിക്കും. ഇളയരാജയുടെ അനുവാദമില്ലാതെ സിനിമാ നിർമ്മാതാവ് പ്രസ്തുത പാട്ടുകൾ സി.ഡി. യായോ കാസറ്റായോ മറ്റു മാദ്ധ്യമങ്ങളിലൂടെയോ വിറ്റു പണമാക്കിയാൽ അത് ഇളയരാജയുടെ പകർപ്പവകാശ ഉടമസ്ഥാവകാശത്തിന്റെ ലംഘനമാകുന്നു. എന്നാൽ മുമ്പ് സിനിമാ നിർമ്മാതാവിനായിരുന്നു പകർപ്പവകാശവും ഉടമസ്ഥാവകാശവും. കാരണം സംഗീത സംവിധായകനും നിർമ്മാതാവും തമ്മിൽ ഉണ്ടാക്കുന്ന കരാർ പ്രകാരം സംഗീതസംവിധായകൻ തന്റെ സംഗീത സംവിധാന പ്രക്രിയ ഒരു തൊഴിലായി സിനിമാ നിർമ്മാതാവിന് നൽകുകയാണ് ചെയ്യുന്നത്. അതിനാൽ സംഗീത സംവിധാനം നിർവ്വഹിച്ചുകഴിഞ്ഞ് അതിന്റെ പ്രതിഫലം കൈപ്പറ്റിയാൽ ഗാനങ്ങളും അതിന്റെ സംഗീതവും നിർമ്മാതാവിന്റെ ഉടമസ്ഥതയിലുള്ള വസ്തുവായി മാറ്റപ്പെടുന്നു. സംഗീത സംവിധാന പ്രക്രിയ സംഗീത സംവിധായകന്റെ ഒരു ബൗദ്ധിക പ്രവർത്തിയാണെങ്കിലും അതിന്മേൽ സംഗീത സംവിധായകന് ഉടമസ്ഥാവകാശം ഉണ്ടെങ്കിൽപ്പോലും അത് നിർമ്മാതാവുമായി ഉണ്ടാക്കിയ കരാർ മൂലം നഷ്ടപ്പെടുകയാണ് ചെയ്തിരുന്നത്.

പകർപ്പവകാശ ഭേദഗതി

1957 ലെ പകർപ്പവകാശ നിയമത്തിന് 2012-ൽ കാതലായ ഭേദഗതി കേന്ദ്രസർക്കാർ കൊണ്ടുവന്നു. രാജ്യസഭയും ലോക്സഭയും പാസ്സാക്കിയ നിയമത്തിന് 2012 ജൂണിൽ പ്രസിഡന്റ് സമ്മതം നൽകി. പ്രസ്തുത ഭേദഗതി നിയമം അന്തർദ്ദേശീയ ബൗദ്ധിക സംഘടനയുമായി ഇന്ത്യ ഉണ്ടാക്കിയ കരാറിന്റെ അടിസ്ഥാനത്തിൽ വരുത്തിയതാണ്. 2012 ലെ ഭേദഗതി നിയമത്തിൽ പകർപ്പവകാശ നിയമം 17-ാം വകുപ്പിൽ വന്ന ഭേദഗതിയാണ് സിനിമാ നിർമ്മാണ മേഖലയിലെ സംഗീതസംവിധായകനും ഗാനരചയിതാവിനും മറ്റു സംഗീത കലാകാരനും അവന്റെ ബൗദ്ധിക അവകാശത്തിന് റോയൽറ്റി അഥവാ നഷ്ടപരിഹാരം ലഭ്യമാക്കണമെന്ന് നിർദ്ദേശിച്ചത്. എന്നാൽ ഭേദഗതിക്ക് മുമ്പ് ഗാനരചയിതാവും സംഗീതസംവിധായകരും ഗായകരും സിനിമാ നിർമ്മാതാവുമായുള്ള കരാർ പ്രകാരം തങ്ങളുടെ ബൗദ്ധിക അവകാശം നിർമ്മാതാവിന് കൈമാറുകയാണ് ചെയ്തിരുന്നത്. നിർമ്മാതാവ് പിന്നീടത് കാസറ്റിന്റെയും സി.ഡി.യുടെയും രൂപത്തിലും ടെലിവിഷൻ ചാനലുകളിലൂടെയും സിനിമ തന്നെ മറിച്ചു വിറ്റപ്പോൾ ഗാനരചയിതാവിനും സംഗീത സംവിധായകനും ഗായകനും അതിന്മേൽ അവകാശമില്ലാതാകുകയും ചെയ്തു. ഈ പ്രവണതയ്ക്കാണ് കൂലംകഷമായ മാറ്റം 2012-ലെ ഭേദ

ഗതിയിലൂടെ ഉളവായത്. തന്മൂലം നിർമ്മാതാവുമായി കരാറുണ്ടാക്കിയാൽത്തന്നെ പിന്നീട് നിർമ്മാതാവോ, മറ്റാരെങ്കിലുമോ സംഗീതത്തെയോ പാട്ടിനെയോ മറ്റേതെങ്കിലും രൂപത്തിൽ നിർമ്മിച്ച് കമ്പോളത്തിൽ പണത്തിനായി വിറ്റഴിച്ചാൽ അതിലെ പണവിഹിതം തത്തുല്യമായി ഗാനരചയിതാവിനോ സംഗീതസംവിധായകനോ ഗായകനോ ലഭ്യമാക്കണമെന്നാണ് ഭേദഗതി നിയമം അനുശാസിക്കുന്നത്. ഇത് പ്രകാരമാണ് ഇളയരാജ നോട്ടീസയച്ചിട്ടുള്ളത്. പകർപ്പവകാശ നിയമത്തിലെ കേവലമായ തന്റെ ബൗദ്ധിക സ്വത്തവകാശം സംരക്ഷിച്ചുകിട്ടാനാണ് ഇളയരാജ ശ്രമിക്കുന്നത്.

1977 ലെ സുപ്രീംകോടതി വിധി

1977 ൽ ഈസ്റ്റേൺ ഇന്ത്യ സിനിമാ നിർമ്മാണ കമ്പനി നൽകിയ കേസിൽ സുപ്രീം കോടതി പകർപ്പവകാശനിയമം 17-ാം വകുപ്പ് വ്യാഖ്യാനിച്ചു പുറപ്പെടുവിച്ച വിധി സംഗീത സംവിധായകർക്കും ഗാനരചയിതാക്കൾക്കും ഗായകർക്കും തിരിച്ചടിയായിരുന്നു. ഒരു സിനിമയിൽ ഗാനരചനയോ സംഗീത സംവിധാനമോ നിർവ്വഹിക്കപ്പെടാനായി നിർമ്മാതാവുമായി കരാറിലേർപ്പെട്ടാൽ അതിന് ലഭിക്കുന്ന പ്രതിഫലത്തിലൂടെ ഗാനരചയിതാവിന്റെയും സംഗീത സംവിധായകന്റെയും ഗായക കലാകാരന്റെയും ബൗദ്ധിക സ്വത്തവകാശം അവിടെ അവസാനിക്കുന്നു എന്നാണ് സുപ്രീംകോടതി പ്രഖ്യാപിച്ചത്. തന്മൂലം പിന്നീട് പ്രസ്തുത സിനിമയിലെ ഗാനങ്ങളോ സംഗീതമോ കാസറ്റായോ, സി.ഡിയായോ സിനിമ തന്നെ ദൃശ്യ ചാനലുകൾക്ക് വിൽക്കുകയോ ചെയ്താൽ നിർമ്മാതാവിന് ലഭിക്കുന്ന പണത്തിലോ റോയൽറ്റിയിലോ സംഗീത രചയിതാവിനും സംഗീത സംവിധായകനും ഗായകനും അവകാശമില്ല എന്ന് സുപ്രീം കോടതി വിധി ഊന്നൽ നൽകി. ഈ വിധിമൂലം സിനിമാ നിർമ്മാതാക്കൾ സംഗീതം ഹിറ്റാവുന്ന സിനിമകളിലെ പാട്ടുകൾ മാർക്കറ്റിൽ മറ്റുരൂപത്തിൽ വിറ്റഴിച്ച് വൻ ലാഭം കൊയ്തിരുന്നു. അതിന്റെ വിഹിതത്തിൽ സംഗീത സംവിധായകനോ ഗാനരചയിതാവിനോ ഗായകനോ യാതൊരു അവകാശവും സുപ്രീം കോടതി വിധി മൂലം ഉണ്ടായിരുന്നില്ല. ഈ വിധിയെയാണ് 2012 ലെ പകർപ്പവകാശനിയമ ഭേദഗതിയിലൂടെ മാറ്റപ്പെട്ടത്. നിർമ്മാതാക്കളുടെ സംഘടന ഈ ഭേദഗതിയെ ഭരണഘടനാ ലംഘനമായി ചൂണ്ടിക്കാട്ടി ഡൽഹി ഹൈക്കോടതിയിൽ കേസ് കൊടുത്തിട്ടുള്ളതിൽ ഇതുവരെ വിധി പുറപ്പെടുവിച്ചിട്ടില്ല. ഭേദഗതി കോടതി അസ്ഥിരപ്പെടുത്തിയിട്ടില്ലാത്തതിനാൽ ഇളയരാജയ്ക്ക് തന്റെ ബൗദ്ധിക സ്വത്തവകാശം സംരക്ഷിച്ചു കിട്ടാൻ ന്യായമായും അവകാശമുണ്ട്.

കേരളകൗമുദി, 2017 ഏപ്രിൽ 7

പൾസറിന്റെ അറസ്റ്റും നിയമവശങ്ങളും

ഇക്കഴിഞ്ഞ 23 ന് പകൽ 1.20 ന് നടിയെ പീഡിപ്പിച്ച കേസിലെ പ്രധാന പ്രതികൾ എറണാകുളം അഡീ. ചീഫ് ജുഡീഷ്യൽ മജിസ്ട്രേറ്റ് കോടതിയിൽ ഓടിക്കയറി കീഴടങ്ങുന്നതും തുടർന്ന് പൊലീസ് കോടതി ഹാളിൽ വച്ച് പ്രതികളെ ബലമായി കീഴ്പ്പെടുത്തി അറസ്റ്റ് ചെയ്തതും വലിയ വാർത്താപ്രാധാന്യം നേടി. തുടർന്ന് അറസ്റ്റ് സംബന്ധിച്ച് വലിയ വിവാദവും മാധ്യമ ചർച്ചയും കേരളം കാണുകയുണ്ടായി. പൊലീസിന്റെ അഴിഞ്ഞാട്ടം എന്നും അറസ്റ്റ് കോടതിയലക്ഷ്യമെന്നും വിമർശിച്ച് ചിലർ ചർച്ചകളിൽ ആക്രോശിക്കുന്നത് കണ്ടു. അറസ്റ്റിന്റെ നിയമവശം ചുരുക്കം ചില അഭിഭാഷകർ വിശദീകരിച്ചുവെങ്കിലും ഫലപ്രദമായി കാണപ്പെട്ടില്ല.

പ്രതിയുടെ മനുഷ്യാവകാശം

അറസ്റ്റുചെയ്യപ്പെട്ട പ്രതിയെ 24 മണിക്കൂറിനകം അടുത്തുള്ള മജിസ്ട്രേറ്റിന്റെ മുമ്പാകെ ഹാജരാക്കണമെന്നു ക്രിമിനൽ നടപടി നിയമം 57-ാം വകുപ്പ് അനുശാസിക്കുന്നു. അറസ്റ്റ് ചെയ്ത പ്രതിയെ ദേഹോപദ്രവം ഏല്പിക്കാൻ പാടില്ലെന്നും, ആ വിവരം റിമാൻഡ് റിപ്പോർട്ടിൽ രേഖപ്പെടുത്തേണ്ടതുമാണ്. പ്രതിയെ ഹാജരാക്കുന്നതിനുമുമ്പ് വൈദ്യപരിശോധന നടത്തി ദേഹോപദ്രവം ഏൽപ്പിച്ചിട്ടില്ല എന്നും സാക്ഷ്യപ്പെടുത്തേണ്ടതാണ്. എന്നാൽ ഇതൊക്കെ അറസ്റ്റിനുശേഷമുള്ള അവകാശമാണ്. അറസ്റ്റിനുമുമ്പ് പ്രതികൾക്ക് അപ്രകാരം യാതൊരു മനുഷ്യാവകാശവുമില്ല. അറസ്റ്റ് ചെയ്യുമ്പോൾ വഴങ്ങാതിരിക്കുകയോ, ബലപ്രയോഗത്തിലൂടെ അറസ്റ്റിനെ തടസ്സപ്പെടുത്തുകയോ ചെയ്താൽ പൊലീസ് ഉദ്യോഗസ്ഥന് ആവശ്യമായ ബലപ്രയോഗത്തിലൂടെ പ്രതിയെ

അറസ്റ്റ് ചെയ്യാവുന്നതാണ്. എന്നാൽ ഇവിടെ പ്രതികൾ അറസ്റ്റിനു വിധേയരാകുന്നതിനു മുമ്പ് ചെയ്തതായി ആരോപിക്കപ്പെടുന്ന കുറ്റകൃത്യത്തിന്റെ ഗൗരവം പരിശോധിക്കേണ്ടതാണ്. രാത്രിയിൽ ഒറ്റയ്ക്ക് യാത്ര ചെയ്യാൻ ധൈര്യം കാട്ടിയ നടിയെ പ്രതികൾ നീചമായി ലൈംഗിക പീഡനത്തിനു വിധേയമാക്കിയശേഷം ബ്ലാക്ക് മെയിലിംഗിലൂടെ പണം തട്ടുക എന്ന ഉദ്ദേശ്യത്തിൽ വാഹനത്തിൽ തട്ടിക്കൊണ്ടുപോകുകയായിരുന്നു. ശരിയായിപ്പറഞ്ഞാൽ മനുഷ്യാവകാശലംഘനം നടന്നിട്ടുള്ളത് ഇരയായ ആ പെൺകുട്ടിക്കാണ്.

കീഴടങ്ങൽ എന്ന നാടകം

നാടിന്റെ നാനാ ഭാഗത്തുനിന്നും സമ്മർദ്ദവും മുഖ്യമന്ത്രിയുടെ ഇടപെടലും മൂലം പൊലീസ് ഈ സംഭവത്തിൽ അതീവ ജാഗരൂകരായിരുന്നു. പ്രതികളെ അറസ്റ്റ് ചെയ്യുക എന്നതുതന്നെയായിരുന്നു പൊലീസിന്റെ ദൗത്യം. അതിനായി സൈബർ വിഭാഗത്തിന്റെ സഹായത്താൽ ടെലഫോൺ ടവറുകൾ കേന്ദ്രീകരിച്ച് അന്വേഷണം ഊർജ്ജിതമാക്കിയ പൊലീസ് പ്രതികളുടെ ചലനങ്ങൾ മനസ്സിലാക്കിയിരുന്നു. എന്നാൽ പ്രതികളുടെ തന്ത്രങ്ങൾ മൂലം അവരെ പിടിക്കാൻ കഴിഞ്ഞില്ല എന്നു മാത്രം. ഇതിനിടയിൽ അഭിഭാഷകരുമായി പ്രതികൾ നിരന്തരം ബന്ധപ്പെടുന്നുണ്ടായിരുന്നു. അഭിഭാഷകരുടെ ഒത്താശയിൽ കോടതിയിൽ കീഴടങ്ങി അറസ്റ്റ് ഒഴിവാക്കാൻ പ്രതികൾ തീരുമാനിക്കുന്നു. അതിനായി സമർത്ഥമായ പദ്ധതികൾ അഭിഭാഷകർ പ്രതികൾക്കായി തയ്യാറാക്കുന്നു. എറണാകുളം പട്ടണത്തിന്റെ ഹൃദയഭാഗത്തുകൂടി മോട്ടോർ സൈക്കിളിൽ ഹെൽമറ്റും ധരിച്ച് മതിൽ ചാടിക്കടന്ന് പ്രതികൾ കോടതി ഹാളിൽ കയറുന്നു. നിർഭാഗ്യവശാൽ കോടതി നടപടി കഴിഞ്ഞ് മജിസ്ട്രേറ്റ് ഉച്ചഭക്ഷണം കഴിക്കാനായി മുറിയിൽ പോയിക്കഴിഞ്ഞിരുന്നു. കീഴടങ്ങൽ അപേക്ഷ തയ്യാറാക്കി അഭിഭാഷകൻ മജിസ്ട്രേറ്റിനെ കാണുന്നു. വിവരം അറിഞ്ഞ പ്രോസിക്യൂട്ടർ മജിസ്ട്രേറ്റിന്റെ മുറിയിൽ കയറി കീഴടങ്ങലിനെ എതിർക്കുന്നു. മജിസ്ട്രേറ്റ് കീഴടങ്ങൽ നിയമപരമായി അനുവദിക്കുന്നില്ല. ഇതിനിടയിൽ പ്രതികൾ കോടതി ഹാളിൽ നിൽക്കുന്ന വിവരമറിഞ്ഞ പൊലീസ് ബലമായി അറസ്റ്റ് ചെയ്യുന്നു.

കീഴടങ്ങൽ നിയമദൃഷ്ടിയിൽ

ക്രിമിനൽ നടപടി നിയമത്തിൽ കീഴടങ്ങലിനെപ്പറ്റി എവിടെയും പറഞ്ഞിട്ടില്ല. ക്രിമിനൽ നടപടി നിയമം 167-ാം വകുപ്പിൽ കസ്റ്റഡിയെപ്പറ്റി പറയുന്നുണ്ട്. അതായത് ഒരാളെ അറസ്റ്റ് ചെയ്യുകയോ, കസ്റ്റഡിയിൽ പാർപ്പിക്കുകയോ ചെയ്താൽ 24 മണിക്കൂറിനകം അന്വേഷണം പൂർത്തിയാക്കാൻ കഴിഞ്ഞില്ലെങ്കിൽ അയാളെ അന്വേഷണ ഉദ്യോഗസ്ഥൻ അടുത്തുള്ള മജിസ്ട്രേറ്റ് മുമ്പാകെ ഹാജരാക്കേണ്ടതാണ്. കസ്റ്റഡി എന്നാൽ അറസ്റ്റോ കീഴടങ്ങലോ ആകാം എന്ന് സുപ്രീം കോടതി അനവധി

കേസുകളിൽ പറഞ്ഞിട്ടുണ്ട്. അതിനാൽ മജിസ്ട്രേറ്റിന്റെ മുമ്പാകെ കീഴടങ്ങി പ്രതിക്ക് അറസ്റ്റ് ഒഴിവാക്കാവുന്നതാണ്. എന്നാൽ കീഴടങ്ങൽ എന്നത് നിയമപരമായ ഒരു നടപടിയാണ്. അത് എപ്രകാരം നിർവ്വഹിക്കണമെന്ന് ക്രിമിനൽ നടപടി നിയമത്തിൽ പ്രത്യേകമായി പറഞ്ഞിട്ടില്ല. കീഴടങ്ങുന്ന പ്രതി മജിസ്ട്രേറ്റിന്റെ മുമ്പാകെ ഹാജരായി താൻ കീഴടങ്ങുന്നതായി പ്രഖ്യാപിക്കണം. അതിനായി പ്രതിക്കുവേണ്ടി അഭിഭാഷകൻ സത്യവാങ്മൂലം സഹിതം ഹർജി നൽകണം. അത് സ്വീകരിച്ച് പ്രോസിക്യൂട്ടർ ഭാഗം കേട്ട് മജിസ്ട്രേറ്റ് ഉചിതമായി ഉത്തരവ് പുറപ്പെടുവിച്ച് പ്രതിയെ ജുഡീഷ്യൽ കസ്റ്റഡിയിൽ എടുക്കണം. എങ്കിൽ മാത്രമേ നിയമപരമായ കീഴടങ്ങലായി അത് നിയമദൃഷ്ടിയിൽ മാറുകയുള്ളൂ. ഈ കേസിൽ അത്തരം വ്യവസ്ഥാപിത നിയമ നടപടികൾ സ്വീകരിക്കാതെ പ്രതികൾ നാടകീയമായി കോടതി ഹാളിൽ ഓടിക്കയറുകയായിരുന്നു. അഭിഭാഷകന്റെ കീഴടങ്ങൽ അപേക്ഷ കോടതി സ്വീകരിക്കുകയോ പ്രതികളുടെ കീഴടങ്ങൾ നിയമപരമായി അംഗീകരിക്കുകയോ ചെയ്തിട്ടില്ല. അതിനാൽ തന്നെ പ്രതികൾ കോടതിയുടെ നിയമാനുസൃത കസ്റ്റഡിയിലായിരുന്നു എന്നു പറയാനും സാധിക്കുകയില്ല.

അറസ്റ്റ് നടപടി അനുചിതമോ?

ഇത്രയും ഹീനമായ കുറ്റകൃത്യം ആരോപിക്കപ്പെട്ട പ്രതികളെ അറസ്റ്റ് ചെയ്യുക എന്നത് സമൂഹത്തിന്റെ ആവശ്യവും പൊലീസിന്റെ നിയമപരമായ ചുമതലയുമാണ്. കോടതിയിൽ കയറി പൊലീസ് അറസ്റ്റ് ചെയ്തത് കോടതിയലക്ഷ്യമോ നിയമവിരുദ്ധമായ നടപടിയുമാണോ എന്ന് പരിശോധിക്കേണ്ടതുണ്ട്. ഇവിടെ പ്രതികളുടെ കീഴടങ്ങൽ കോടതി നിയമപരമായി അംഗീകരിച്ചിരുന്നില്ല. അത് അംഗീകരിച്ച് പ്രതികളെ ജുഡീഷ്യൽ കസ്റ്റഡിയിൽ എടുത്ത് കോടതി ഉത്തരവും പുറപ്പെടുവിച്ചിരുന്നില്ല. അറസ്റ്റ് ചെയ്യാൻ പാടില്ലെന്നും കോടതി നിർദ്ദേശിച്ചിരുന്നില്ല. അതിനാൽ പ്രതികളെ നിയമപരമായി അറസ്റ്റ് ചെയ്യുന്നതിന് പൊലീസിന് തടസമുണ്ടായിരുന്നില്ല. ക്രിമിനൽ നടപടി നിയമം 47-ാം വകുപ്പിൽ ഒരു പൊലീസ് ഉദ്യോഗസ്ഥന് അറസ്റ്റ് ചെയ്യാനുള്ള അധികാരം വ്യക്തമാക്കിയിട്ടുണ്ട്. അറസ്റ്റ് ചെയ്യപ്പെടേണ്ട പ്രതി ഏതെങ്കിലും കെട്ടിടത്തിലോ സ്ഥലത്തോ രക്ഷപ്പെടാനായി കയറിയിരുന്നാൽ കെട്ടിട, സ്ഥല ഉടമയോട് വിവരം ധരിപ്പിച്ചശേഷം പൊലീസ് ഉദ്യോഗസ്ഥന് പ്രതിയെ അറസ്റ്റ് ചെയ്യാവുന്നതാണ്. അപ്രകാരം കെട്ടിട, സ്ഥല ഉടമയെ വിവരം ധരിപ്പിക്കാൻ സാധിക്കാതെ വരുകയും മറിച്ച് പ്രതി രക്ഷപ്പെടാനുള്ള സാദ്ധ്യത ഏറുകയും ചെയ്താൽ പൊലീസ് ഉദ്യോഗസ്ഥന് ബലമായി കെട്ടിടത്തിലും സ്ഥലത്തും കയറി പ്രതിയെ അറസ്റ്റ് ചെയ്യാവുന്നതാണെന്ന് 47-ാം വകുപ്പ് വിശദമാക്കുന്നുണ്ട്. അങ്ങനെയായിരിക്കെ പൊലീസ് ആകപ്പാടെ ചെയ്ത അനൗചിത്യം മജിസ്ട്രേറ്റിനോട് അനുവാദം വാങ്ങിയല്ല കോടതി ഹാളിൽ കയറിയത് എന്നതാണ്. എന്നാൽ

അത് കുറ്റകൃത്യത്തിന്റെ ഗൗരവവും സാഹചര്യങ്ങളുടെ നാടകീയതയും പ്രതികൾ രക്ഷപ്പെടാനുള്ള അവസരവും കണക്കാക്കുമ്പോൾ അത്ര ഗുരുതരമായ അനൗചിത്യമായി കണക്കാക്കാൻ കഴിയില്ല. അറസ്റ്റ് ചെയ്ത ഉദ്യോഗസ്ഥൻ സാഹചര്യങ്ങൾ വിവരിച്ച് ഒരു സത്യവാങ്മൂലം നൽകിയാൽ മേൽ നടപടികൾ ഒഴിവാക്കാവുന്നതുമാണ്.

ഇത്തരം ഗൗരവമായ കേസുകളിൽ ഇങ്ങനെയുള്ള നാടകീയ രംഗങ്ങളിലൂടെ പ്രതികളെ അറസ്റ്റ് ചെയ്യുന്ന പ്രവണത ഇല്ലാതാക്കാൻ പൊലീസ് കുറേക്കൂടി ജാഗ്രത കാണിക്കേണ്ടതാണ്. ഈ സംഭവം വിരൽ ചൂണ്ടുന്നത് കുറ്റം ചെയ്താൽ പിടിക്കപ്പെടുകയില്ല എന്ന തോന്നൽ ഒരു പ്രതിക്ക് ഉണ്ടാകാത്തവിധം കുറ്റമറ്റതായ രീതിയിൽ വേണം പൊലീസ് കൃത്യനിർവ്വഹണം നടത്തേണ്ടത് എന്നതിലേക്കാണ്.

കേരളകൗമുദി, 2017 ഫെബ്രുവരി, 26

പൊലീസ് ചീഫ് നിയമനവും കോടതി നിർദ്ദേശവും

സംസ്ഥാനങ്ങളിലെ പൊലീസ് ചീഫുമാരെ നിയമിക്കുന്ന രീതിയിൽ ചൊവ്വാഴ്ച സുപ്രീംകോടതി ഇടപെടുകയും പാലിക്കപ്പെടുന്നതിനായി 7 നിർദ്ദേശങ്ങൾ പുറപ്പെടുവിക്കുകയുമുണ്ടായി. നിർദ്ദേശങ്ങൾ താഴെ പറയുന്നവയാണ്.

1. സംസ്ഥാന പൊലീസ് ചീഫ് ആകാൻ യോഗ്യതയുള്ള പൊലീസ് ഉദ്യോഗസ്ഥരുടെ ഒരു സാദ്ധ്യതാലിസ്റ്റ് തയ്യാറാക്കി യൂണിയൻ പബ്ലിക് സർവ്വീസ് കമ്മീഷന് അയച്ചു കൊടുക്കണം.
2. അപ്രകാരം സാദ്ധ്യതാ ലിസ്റ്റ് നിലവിലുള്ള പൊലീസ് ചീഫ് വിരമിക്കുന്നതിന് മൂന്നു മാസം മുമ്പ് തയ്യാറാക്കിയിരിക്കണം.
3. അയച്ചു കൊടുക്കുന്ന സാദ്ധ്യതാ ലിസ്റ്റിൽ ഉൾപ്പെടുന്ന പൊലീസ് ഉദ്യോഗസ്ഥർക്ക് മിനിമം രണ്ട് കൊല്ലം സർവ്വീസ് ദൈർഘ്യം ഉണ്ടായിരിക്കണം.
4. സാദ്ധ്യതാ ലിസ്റ്റിൽനിന്ന് മൂന്നുപേരുകൾ യൂണിയൻ പബ്ലിക് സർവ്വീസ് കമ്മീഷൻ തിരഞ്ഞെടുത്ത് സംസ്ഥാനത്തിന് അയച്ചു കൊടുക്കണം.
5. പ്രസ്തുത മൂന്നു പേരിൽ ഒരാളെ സംസ്ഥാനം പൊലീസ് ചീഫായി നിയമിക്കണം.
6. പുതിയ പൊലീസ് ചീഫിനെ നിയമിക്കുന്നതുവരെ ആരെയും ആക്ടിംഗ് ചീഫായി നിയമിക്കരുത്.
7. സംസ്ഥാനങ്ങളും കേന്ദ്രവും നിർമ്മിച്ച നിയമങ്ങളും ചട്ടങ്ങളും സുപ്രീം കോടതി നിർദ്ദേശത്തിന് എതിരാണെങ്കിൽ അവ നടപ്പിലാക്കുന്നത് നിറുത്തി വയ്ക്കാനുമാണ് നിർദ്ദേശിച്ചിട്ടുള്ളത്.

2006 ൽ പ്രകാശ് സിംഗ് എന്ന ഉത്തർ പ്രദേശ് ഐ.ജി. രാജ്യത്തെ പൊലീസ് സേനയെ നവീകരിക്കുന്നതിനാവശ്യമായ നിർദ്ദേശങ്ങൾ നൽകുന്നതിനായി സുപ്രീംകോടതിയെ സമീപിക്കുകയുണ്ടായി. പ്രസ്തുത കേസിലെ വിധി ന്യായത്തിൽ 7 നിർദ്ദേശങ്ങളാണ് സുപ്രീം കോടതി പുറപ്പെടുവിച്ചത്. അതിൽ രണ്ടാമത്തെ നിർദ്ദേശമാണ് പൊലീസ് ചീഫിന്റെ നിയമനം സംബന്ധിച്ച് ഉണ്ടായിരുന്നത്. അതായത് സുതാര്യ തയും രാഷ്ട്രീയ ഇടപെടലും ഒഴിവാക്കാനായി പൊലീസ് ചീഫായി നിയമിക്കപ്പെടുന്ന ഉദ്യോഗസ്ഥന് മിനിമം 2 വർഷത്തെ സർവ്വീസ് ദൈർഘ്യം ഉണ്ടായിരിക്കണം. പ്രകാശ് സിംഗ് കേസിലെ വിധിയുടെ വെളിച്ചത്തിൽ കേരള സംസ്ഥാന 1960-ലെ കേരള പൊലീസ് നിയമം പരിഷ്കരിച്ച് 2011-ലെ കേരള പൊലീസ് നിയമം പാസ്സാക്കുകയുണ്ടാ യി. പ്രകാശ് സിംഗ് കേസിൽ പൊലീസ് ചീഫിനെ നിയമിക്കുന്നതിന് 3 മാനദണ്ഡങ്ങളാണ് സുപ്രീംകോടതി പുറപ്പെടുവിച്ചിരുന്നത്. അവ:

1. പൊലീസ് ചീഫിനെ അതാത് സംസ്ഥാനം 3 സീനിയർ പൊലീസ് ഉദ്യോഗസ്ഥരിൽനിന്ന് തെരഞ്ഞെടുക്കണം.
2. പൊലീസ് ചീഫായി നിയമിക്കുന്നത് സ്ഥാനക്കയറ്റം ആയിട്ടായി രിക്കണം. അതിനായി സർവ്വീസ് ദൈർഘ്യവും സർവ്വീസിലെ മികവും കഴിവും നേതൃഗുണവും മാനദണ്ഡമാക്കണം.
3. അപ്രകാരം നിയമിക്കപ്പെടുന്ന പൊലീസ് ചീഫിന് വിരമിക്കുന്നത് വരെ 2 കൊല്ലം മിനിമം സർവ്വീസ് കാലഘട്ടം ഉറപ്പാക്കേണ്ടതു മാണ്.

മേൽ പ്രകാരമുള്ള നിർദ്ദേശത്തിന് അനുസരണമായാണ് 2011-ലെ കേരള പൊലീസ് നിയമത്തിൽ സംസ്ഥാന സർക്കാർ പൊലീസ് ചീഫിന്റെ നിയമത്തിനായി വകുപ്പ് 18 ചേർത്തത്. പ്രസ്തുത വകുപ്പ് പ്രകാരം സംസ്ഥാന പൊലീസ് ചീഫിനെ നിയമിക്കാൻ സംസ്ഥാന സർക്കാരിനാണ് അധികാരം എന്നും ഡി ജി പി റാങ്കിലേക്ക് സ്ഥാനക്ക യറ്റം നൽകപ്പെട്ട ഉദ്യോഗസ്ഥരിൽനിന്നും മികച്ച സർവ്വീസ് ചരിത്രം ഉള്ള വരും പൊലീസ് സേനയെ നയിക്കാൻ നേതൃഗുണവുമുള്ള ഉദ്യോഗസ്ഥ നെയാണ് പൊലീസ് ചീഫായി നിയമിക്കേണ്ടത്. അപ്രകാരം നിയമിക്ക പ്പെടുന്ന പൊലീസ് ചീഫിന് വകുപ്പ് 97(1) പ്രകാരം മിനിമം 2 വർഷത്തെ സർവ്വീസ് ദൈർഘ്യം ഉറപ്പാക്കണമെന്ന് വ്യവസ്ഥ ചെയ്യുന്നുണ്ട്. എന്നാൽ, ചൊവ്വാഴ്ചയുണ്ടായ സുപ്രീം കോടതി നിർദ്ദേശത്തിൽ പ്രകാശ് സിംഗ് കേസിലെ വിധി ന്യായത്തിനും 2011 ലെ കേരള പൊലീസ് നിയമം 18, 97(1) വകുപ്പുകൾക്കും നേരെ ഘടകവിരുദ്ധമായി സംസ്ഥാന സർക്കാ രിന് പൊലീസ് ചീഫിനെ തെരഞ്ഞെടുക്കുന്നതിനും നിയമിക്കുന്നതിനു മുള്ള സ്വതന്ത്ര അധികാരത്തിൽ വ്യതിയാനം വരുത്തിക്കൊണ്ട് സംസ്ഥാന സർക്കാരിന് ഒരു സാദ്ധ്യതാ പട്ടിക തയ്യാറാക്കി അത് യു പി എസ് സിക്ക് അയച്ചുകൊടുത്ത് യു പി എസ് സി അതിൽ നിന്ന് യോഗ്യ രായ 3 ഉദ്യോഗസ്ഥരുടെ പട്ടിക സംസ്ഥാനത്തിന് അയച്ചു കൊടുക്കണ

മെന്നും അതിൽനിന്ന് ഒരാളെ പൊലീസ് ചീഫായി സംസ്ഥാനം നിയമിക്കണമെന്നുമാണ്. ഇത് സംസ്ഥാനത്തിന്റെ അധികാരത്തിലുള്ള കടന്നുകയറ്റവും ഭരണഘടന വിഭാവനം ചെയ്യുന്ന ഫെഡറൽ തത്വങ്ങളുടെ ലംഘനം ആണെന്നും തോന്നുന്നതാണ്.

നമ്മുടെ ജനാധിപത്യ സംവിധാനത്തിൽ കേന്ദ്രസംസ്ഥാന ഭരണങ്ങൾ ഫെഡറൽ മാതൃകയിലാണ് നടക്കുന്നത്. കേന്ദ്ര ഭരണത്തിനായി ഭരണഘടന നിർവ്വചിക്കപ്പെട്ടിട്ടുള്ള മേഖലകളിൽ കേന്ദ്രവും, സംസ്ഥാനങ്ങൾക്കായി നിർവ്വചിക്കപ്പെട്ടിട്ടുള്ള മേഖലകളിൽ സംസ്ഥാനവും ആണ് ഭരണം നടത്തുന്നത്. അത് സ്വയം ഭരണാവകാശ പ്രക്രിയയിലൂടെയാണ് ഭരണഘടന വിഭാവനം ചെയ്യുന്നത്. കേന്ദ്രവും സംസ്ഥാനവും യഥാക്രമം ഭരണം നടത്തുന്നത് ഉചിതമായ നിയമങ്ങൾ നിയമനിർമ്മാണ സഭകളിലൂടെ നിർമ്മിച്ച് അത് നടപ്പിലാക്കിയാണ്. ഫെഡറൽ സംവിധാന ഭരണം നമ്മുടെ ഭരണഘടന വിഭാവനം ചെയ്യുന്നത് പാർട്ട് 11 ലെ കേന്ദ്ര സംസ്ഥാന ബന്ധമെന്ന അദ്ധ്യായത്തിലാണ്. അതിൽ അനുച്ഛേദം 249 മുതൽ 253 വരെയുള്ള പ്രത്യേക സന്ദർഭങ്ങളും മാത്രമാണ് കേന്ദ്രത്തിന് സംസ്ഥാന പട്ടികയിൽപ്പെട്ട കാര്യങ്ങളിൽ ഭരണം നടത്താൻ അവകാശം നൽകുന്നത്. എന്നാൽ അനുച്ഛേദം 254 ൽ സംസ്ഥാനത്തിനും കേന്ദ്രത്തിനും അതാതിന്റെ നിർവ്വചിക്കപ്പെട്ട ലിസ്റ്റിൽപ്പെട്ട വിഭാഗങ്ങളിൽ നിയമം നിർമ്മിച്ച് ഭരണം നടത്താനുള്ള അവകാശം വ്യക്തമാക്കിയിട്ടുണ്ട്. അതിൽ കൺകറന്റ് പട്ടികയിൽപ്പെട്ടുവരുന്ന വിഭാഗങ്ങളിൽ മാത്രം സംസ്ഥാന നിയമങ്ങളിൽ കേന്ദ്രത്തിന് മേൽക്കോയ്മ അവകാശപ്പെടാം. അതും പരസ്പര വൈരുദ്ധ്യം വന്നാൽ മാത്രം. ഭരണഘടനയുടെ 7-ാം പട്ടികയിൽ (അനുച്ഛേദം 246) രണ്ടാമത്തെ ഇനം സംസ്ഥാനത്തിന് ഭരണം നടത്താൻ അവകാശപ്പെടുന്ന വിഭാഗങ്ങൾ ഉൾപ്പെട്ടുവരുന്നു. അപ്രകാരമുള്ള സംസ്ഥാന പട്ടികയിൽ 66 ഇനങ്ങൾ ഉൾപ്പെട്ടിട്ടുണ്ട്. അതിൽ 2-ാം ഇനമാണ് പൊലീസ് വിഭാഗം. അതിൽ റെയിൽവേ പൊലീസും ഗ്രാമീണ പൊലീസും ഉൾപ്പെടുന്നു. 1976 ലെ 42-ാം ഭരണഘടനാ ഭേദഗതിയിലൂടെയാണ് പൊലീസ് സേന സംസ്ഥാന ലിസ്റ്റിൽപ്പെടുന്നത്. എന്നാൽ, പ്രസ്തുത ഭേദഗതിയിൽ കേന്ദ്ര പട്ടികയിൽ (ഇനം 1) 2(എ) എന്നൊരു വിഭാഗം കൂട്ടിച്ചേർത്തിട്ടുണ്ട്. അത് കേന്ദ്രത്തിന്റെ സായുധസേനയെ ചില പ്രത്യേക സാഹചര്യത്തിൽ മാത്രം സംസ്ഥാനത്ത് നിയോഗിക്കുന്നത് സംബന്ധിച്ചുള്ള അധികാരമാണ്. അതൊഴിച്ച് പൊലീസ് സേനയുടെ മുഴുവൻ സർവ്വീസ് സംഗതികളും സംസ്ഥാനത്തിന്റെ അധികാര പരിധിയിൽ വരുന്ന ആഭ്യന്തരവിഷയമാണ്. പ്രസ്തുത വിഷയങ്ങളിൽ നിയമങ്ങൾ നിർമ്മിച്ച് സ്വയംഭരണാവകാശം നടത്തുന്നതിന് സംസ്ഥാനത്തിന് അനുച്ഛേദം 254 അധികാരം നൽകുന്നു. അതനുസരിച്ചാണ് 2011 കേരള പൊലീസ് നിയമം കേരള സംസ്ഥാനം നിർമ്മിച്ചതും പ്രസ്തുത നിയമത്തിലെ 18, 97(1) വകുപ്പുകൾ പൊലീസ് ചീഫിന്റെ നിയമനക്കാര്യത്തിൽ സംസ്ഥാനത്തിനുള്ള അധികാരവും

വ്യക്തമാക്കിയിട്ടുള്ളത്. പ്രസ്തുത നിയമം നടപ്പിലാക്കുന്നതാണ് സുപ്രീം കോടതി ചൊവ്വാഴ്ച തടഞ്ഞിട്ടുള്ളത്. ഇത് ഫെഡറൽ സംവിധാനത്തിൽ സംസ്ഥാനത്തിന്റെ സ്വയം ഭരണാധികാരത്തിനുള്ള ഭരണഘടനാവകാശം ഇല്ലാതാക്കി കേന്ദ്ര സർക്കാരിന്റെ ഏജൻസിയായ യു പി എസ് സി യുടെ കീഴിൽ സംസ്ഥാനത്തിന്റെ അധികാരം മാറ്റി സ്ഥാപിക്കുകയാണ് സുപ്രീംകോടതി നിർദ്ദേശം ഫലത്തിൽ ചെയ്തിട്ടുള്ളത്.

കൂടാതെ സംസ്ഥാന നിയമസഭ അതിന്റെ നിയമനിർമ്മാണ അധികാരം ഉപയോഗിച്ച് നിർമ്മിക്കപ്പെട്ട 2011 ലെ കേരള പൊലീസ് നിയമം, അതിന്റെ ഭരണഘടനാ സാധുത ചോദ്യം ചെയ്യപ്പെടാത്ത സാഹചര്യത്തിൽ എപ്രകാരം സുപ്രീംകോടതിക്ക് നിയമത്തെ നിറുത്തിവയ്ക്കുന്നതിനായി നിർദ്ദേശിക്കാൻ കഴിയും? മാത്രവുമല്ല കേരള പൊലീസ് നിയമത്തിലെ ഒരു വകുപ്പും ഭരണഘടനാ വിരുദ്ധമാണോ എന്ന പ്രശ്നം സുപ്രീംകോടതി പ്രകാശ് സിംഗ് കേസിലെ ഈ പുതിയ ഹർജിയിൽ പരിശോധിച്ചിട്ടില്ല. അപ്പോൾ പിന്നെ ഈ നിയമം നടപ്പിലാക്കിക്കാതിരിക്കുന്നതിന് എപ്രകാരം നിർദ്ദേശം നൽകാനാകും എന്നത് ഒരു ചോദ്യമായി അവശേഷിക്കുന്നു. ഏതായാലും സുപ്രീംകോടതി വിധി സംസ്ഥാന സർക്കാരിന്റെ സ്വയം ഭരണത്തിനും ഫെഡറൽ തത്വത്തിനും എതിര് എന്ന് ചിന്തിച്ചാൽ അത്ഭുതമില്ല. സുതാര്യത നിലനിറുത്താനും രാഷ്ട്രീയ ഇടപെടലുകളിൽനിന്നും സംസ്ഥാന പൊലീസ് ചീഫ് നിയമനം മോചിപ്പിക്കപ്പെടണം എന്നുമുള്ള ഗുണപരമായ ഉദ്ദേശ്യമാണ് സുപ്രീംകോടതി വിധി ഉയർത്തുന്ന ധാർമ്മികലക്ഷ്യം എങ്കിലും സംസ്ഥാനത്തിന്റെ പൊലീസ് മേധാവിയെ നിയമിക്കാനുള്ള സംസ്ഥാന ഭരണകൂടത്തിന്റെ നിയമപരവും രാഷ്ട്രീയവുമായ അധികാരം കണ്ടില്ലെന്ന് നടിക്കുന്നത് ജനാധിപത്യ ഭരണസംവിധാനത്തിന് ആശാവഹമോ എന്നും ഈ പ്രശ്നം ഉയർത്തുന്ന മറ്റൊരു ചോദ്യമാണ്.

കേരളകൗമുദി, 2018 ജൂലായ്, 6

മുത്തലാഖ് കേസിലെ സുപ്രീംകോടതി വിധി

സൈറാ ബാനു എന്ന മുസ്ലീം വനിത മുസ്ലീം വ്യക്തി നിയമത്തിലെ വിവാഹ മോചന സമ്പ്രദായമായ മുത്തലാഖ് ഭരണഘടനാ വിരുദ്ധമായ ആചാരമാണെന്ന് ചൂണ്ടിക്കാട്ടി സുപ്രീംകോടതിയിൽ ഫയൽ ചെയ്ത ഹർജി സുപ്രീംകോടതി ഭരണഘടനാ ബെഞ്ച് 6 ദിവസത്തെ വ്യത്യസ്തമായ വാദങ്ങൾ കേട്ടശേഷം 2017 ആഗസ്റ്റ് 22 ന് ചരിത്രപരമായ അതിന്റെ വിധി പ്രഖ്യാപിക്കുകയുണ്ടായി. ചീഫ് ജസ്റ്റിസ് കേഹാർ അദ്ധ്യക്ഷനായ അഞ്ചംഗ ബെഞ്ച് പക്ഷേ, വിധിന്യായത്തിൽ വ്യത്യസ്ത നിലപാടുകളാണ് സ്വീകരിച്ചിട്ടുള്ളത്. മുത്തലാഖ് ഭരണഘടനാവിരുദ്ധമായ ഒരു വിവാഹമോചന ആചാരമല്ലെന്നും *ഖുർആൻ* അനുശാസിക്കുന്ന പ്രകാരം അനുവർത്തിക്കുന്ന മതപരമായ സംരക്ഷണമുള്ള നൂറ്റാണ്ടുകൾ പഴക്കമുള്ള ഒരു ആചാരമാണെന്നും അതുകൊണ്ടുതന്നെ അതിന് ഭരണഘടനയുടെ 25(1) അനുച്ഛേദത്തിന്റെ സംരക്ഷണം ഉണ്ട് എന്ന് ചീഫ് ജസ്റ്റിസും ജസ്റ്റിസ് അബ്ദുൾ നസീറും അടങ്ങുന്ന ന്യൂനപക്ഷ ബെഞ്ച് വിധിച്ചു. എന്നാൽ ഭൂരിപക്ഷ അംഗങ്ങൾ അടങ്ങിയ മൂന്ന് ജഡ്ജിമാരായ ജസ്റ്റിസ് കുര്യൻ ജോസഫ്, യു യു ലളിത്, ആർ എഫ് നരിമാൻ എന്നിവർ പക്ഷേ, മുത്തലാഖ് ഭരണഘടനാവിരുദ്ധമാണെന്നും അതുകൊണ്ടുതന്നെ അത് നിരോധിക്കണമെന്നും അസന്നിഗ്ദ്ധമായി പ്രഖ്യാപിച്ചു.

സുപ്രീംകോടതിയുടെ ഭൂരിപക്ഷ ബെഞ്ച് അവരുടെ വിധിന്യായം തുടങ്ങുന്നതു തന്നെ ഒരു ഉദ്ധരിണിയിലൂടെയാണ്. മുസ്ലീങ്ങളുടെ വിശ്വാസഗ്രന്ഥമായ *ഖുർആനും* അത് പിന്തുടരുന്ന ദൈവശാസ്ത്രവും തെറ്റാണെന്ന് പറയുന്ന ഒരു ആചാരം നിയമപരമായി എങ്ങനെ ശരിയാവും എന്ന ഉദ്ധരണിയിലൂടെയാണ് ഭൂരിപക്ഷ ബെഞ്ച് ഈ പ്രശ്നത്തെ സമീ

പിക്കുന്നത്. അതുകൊണ്ടുതന്നെ നിയമപരമായും ഭരണഘടനാപരമായും മുത്തലാഖിന് നിലനിൽപ്പില്ലെന്ന് ഭൂരിപക്ഷ ബെഞ്ച് കണ്ടെത്തുകയാണ് ചെയ്തത്. അതോടൊപ്പം മുത്തലാഖിന് ഏതെങ്കിലും തരത്തിലുള്ള നിയമ സംരക്ഷണം സുപ്രീംകോടതിയുടെ മുമ്പുള്ള വിധികളിൽ ഉണ്ടായിട്ടുണ്ടോ എന്നും ഭൂരിപക്ഷ ബെഞ്ച് പരിശോധിക്കുകയുണ്ടായി. സുപ്രീം കോടതി തന്നെ 2002 ൽ ഷമീം അറയുടെ കേസിൽ മുത്തലാഖിന് നിയമപരമായി യാതൊരു സംരക്ഷണവും ഇല്ല എന്ന് കണ്ടിട്ടുള്ള വിവരം അംഗീകരിക്കുകയാണ് ചെയ്തത്. ഷമീം അറയുടെ കേസിലെ വിധി ഭരണഘടന 141-ാം അനുച്ഛേദ പ്രകാരം രാജ്യത്തിന്റെ നിയമമായി മാറിക്കഴിഞ്ഞു എന്നും ഭൂരിപക്ഷ ബെഞ്ച് കണ്ടെത്തി.

ന്യൂനപക്ഷ ബെഞ്ച് കണ്ടെത്തിയിട്ടുള്ളതായ ഭരണഘടനയുടെ 25-ാം അനുച്ഛേദത്തിന്റെ സംരക്ഷണം മുത്തലാഖിന് ഉണ്ട് എന്നതും ഭൂരിപക്ഷ ബെഞ്ച് തള്ളിക്കളയുകയാണ് ചെയ്തത്. ഏതൊരു പൗരനും അവൻ പിൻതുടരുന്ന മതത്തിലും അതിന്റെ ആചാര ക്രമങ്ങളിലും വിശ്വസിച്ചു ജീവിക്കാൻ ഭരണഘടനയുടെ 25-ാം അനുച്ഛേദം മൗലിക അവകാശം നൽകുന്നുണ്ട്. എന്നാൽ അനുച്ഛേദം 25(2) പ്രകാരം സർക്കാരിന് പ്രസ്തുത അവകാശത്തിൽ നിയന്ത്രണങ്ങൾ ഏർപ്പെടുത്താവുന്നതാണ്. എന്നാൽ മുത്തലാഖ് എന്ന സമ്പ്രദായം ഭരണഘടനയുടെ 25-ാം അനുച്ഛേദത്തിൽ പറയും പ്രകാരമുള്ള മതപരമായ ഒരു ആചാരമേ അല്ല എന്ന് ഭൂരിപക്ഷ ബെഞ്ച് അഭിപ്രായപ്പെടുന്നു. അതിനുപോൽബലകമായി *ഖുർആനിൽ* മുത്തലാഖിനെ ശപിക്കപ്പെട്ടതും, അപലപിക്കപ്പെടേണ്ടതുമായ ഒരു വിവാഹ മോചന സമ്പ്രദായമാണെന്ന് അഭിപ്രായപ്പെട്ടിട്ടുണ്ടെന്നും ഭൂരിപക്ഷ ബെഞ്ച് ഓർമ്മിപ്പിക്കുന്നു. നൂറ്റാണ്ടുകളായി ഒരു സമ്പ്രദായം ഒരു കൂട്ടം ജനവിഭാഗം പിന്തുടരുന്നു എന്നതുകൊണ്ട് മാത്രം അത് നിയമപരമായും ഭരണഘടനാപരമായും ശരിയായ ഒരു സമ്പ്രദായം ആകണമെന്നില്ല. 1937 ലെ ശരി അത്ത് നിയമം *ഖുർ ആൻ* അനുശാസിക്കുന്ന മതപരമായ സമ്പ്രദായങ്ങളെയും രീതികളെയും എതിർക്കുന്നില്ല. ശരി അത്ത് നിയമത്തിന്റെ 2-ാം വകുപ്പിൽ വിവാഹമോചനത്തിനെക്കുറിച്ച് പ്രതിപാദിച്ചിട്ടുണ്ട്. പക്ഷേ, അതിൽ മുത്തലാഖ് അംഗീകരിക്കപ്പെട്ട ഒരു വിവാഹമോചന സമ്പ്രദായമെന്ന് രേഖപ്പെടുത്തിയിട്ടില്ല. ന്യൂനപക്ഷ ബെഞ്ച് ഭരണഘടനയുടെ 142-ാം അനുച്ഛേദം ഉപയോഗിച്ച് മുത്തലാഖ് നിരോധിക്കണോ വേണ്ടയോ എന്നതിന് നിയമം നിർമ്മിക്കണമെന്ന് നിർദ്ദേശിക്കുകയും അത് വരെ മുത്തലാഖ് നിരോധിക്കുകയുമാണ് ചെയ്തത്. നിയമനിർമ്മാണത്തിനായി 6 മാസത്തെ സമയമാണ് ന്യൂനപക്ഷ ബെഞ്ച് സർക്കാരിന് നൽകിയത്. എന്നാൽ ഭൂരിപക്ഷ ബെഞ്ച് ഈ തീരുമാനത്തെ ഖണ്ഡിക്കുകയും ഹർജിക്കാരിയായ സൈറാബാനു മൗലിക അവകാശലംഘനം ചൂണ്ടിക്കാട്ടുമ്പോൾ മൗലിക അവകാശലംഘനം ഉണ്ടെന്നു കണ്ടാൽ മുത്തലാഖ് ഭരണഘടനാ വിരുദ്ധമാണെന്ന് പ്രഖ്യാപിക്കേണ്ടതാണ് എന്നും മറിച്ച് നിയമം നിർമ്മിക്കുന്നതിനായി ഭര

ണഘടന അനുച്ഛേദം 142 പ്രകാരം നിർദ്ദേശം നൽകുകയല്ല വേണ്ടതെന്നും അസന്ദിഗ്ദ്ധമായി അടിവരയിട്ടു. ഏതെങ്കിലും കാരണവശാൽ ശരിഅത്ത് നിയമം മുത്തലാഖിനെ അംഗീകരിക്കുന്നു എങ്കിൽ പ്രസ്തുത നിയമം അതിനെ സംബന്ധിച്ച് അസാധുവായ നിയമമാണെന്ന് ഭരണഘടന അനുച്ഛേദം 13(1) പ്രകാരം ഭൂരിപക്ഷ ബെഞ്ച് വിധിയിൽ കണ്ടെത്തി. സുപ്രീംകോടതിയുടെ ഈ വിപ്ലവകരമായ വിധി ഇന്ത്യയിലെ ഭൂരിപക്ഷം മുസ്ലീം വനിതകൾക്കും ആശാവഹമാണ്. വിധിയുടെ പുരോഗമന ആശയങ്ങൾ ഉൾക്കൊണ്ട് മുസ്ലീം മതപണ്ഡിതന്മാർ മുത്തലാഖ് എന്ന ഈ ദുരാചാരത്തെ സമൂഹമദ്ധ്യത്തിൽ നിന്ന് നിഷ്കാസനം ചെയ്യുന്നതിനായി ശ്രമിക്കുമെന്ന് പ്രത്യാശിക്കാം.

കേരളകൗമുദി, 2017 ആഗസ്റ്റ് 23

ബഡ്ജറ്റ് ചോർച്ചയും നിയമനടപടിയും

രണ്ടായിരത്തി പതിനേഴ്- പതിനെട്ട് ധനകാര്യ വർഷത്തെ സമ്പൂർണ്ണ ബഡ്ജറ്റ് ധനകാര്യമന്ത്രി ടി എം തോമസ് ഐസക് അവതരിപ്പിച്ചത് ചോർന്നുവെന്ന ആരോപണ പശ്ചാത്തലത്തിലാണ് ഈ കുറിപ്പ്.

വാർഷിക ബഡ്ജറ്റ്

ഏതൊരു സർക്കാരിന്റെയും തനത് ധനകാര്യ വർഷത്തെ വരവ് ചെലവ് കണക്കുകൾ ചൂണ്ടിക്കാണിക്കുന്ന ധനകാര്യ പത്രികയാണ് ബഡ്ജറ്റ്. ഭരണഘടനയുടെ ആർട്ടിക്കിൾ 202 പ്രകാരം സംസ്ഥാന ഗവർണ്ണറുടെ അനുമതിയോടെ നിശ്ചിത ദിവസം വാർഷിക ധന വിവര പത്രിക, അതായത് ആ വർഷത്തെ വരവ് ചെലവ് അടങ്കൽ പത്രിക സംസ്ഥാനത്തിന്റെ നിയമസഭയിൽ സമർപ്പിക്കേണ്ടതാണ്. ഗവർണ്ണറുടെ പ്രതിനിധിയായി ധനകാര്യമന്ത്രിയെയാണ് ഇതിനായി ചുമതലപ്പെടുത്തിയിട്ടുള്ളത്. കേരള നിയമസഭയുടെ നടപടി ക്രമവും കാര്യനിർവ്വഹണവും സംബന്ധിച്ച ചട്ടം 139 പ്രകാരം ബഡ്ജറ്റ് സഭയിൽ അവതരിപ്പിക്കേണ്ടതാണ്. ബഡ്ജറ്റ് അവതരിപ്പിക്കുന്നദിവസം അതിന്മേൽ യാതൊരു ചർച്ചയും നടത്തുവാൻ പാടുള്ളതല്ല. നടപടി ക്രമം 140 പ്രകാരം ബഡ്ജറ്റിൽ സർക്കാരിന്റെ ഓരോ വകുപ്പിനും വേണ്ടി നിർദ്ദേശിക്കപ്പെട്ടിട്ടുള്ള ഗ്രാന്റ് സംബന്ധിച്ച് പ്രത്യേക ധനാഭ്യർത്ഥന നടത്തണം. ബഡ്ജറ്റ് അവതരിപ്പിച്ചശേഷം സ്പീക്കർ നിർദ്ദേശിക്കുന്ന ദിവസം മുതൽ ബന്ധപ്പെട്ട ചർച്ച ആരംഭിക്കുന്നു. ചർച്ച പൂർത്തിയാക്കി ഓരോ വകുപ്പിന്റെയും നിർദ്ദേശിക്കപ്പെട്ട ഗ്രാൻഡ് വോട്ടിനിട്ട് പാസ്സാക്കുമ്പോൾ ബഡ്ജറ്റ് നടപടി അവസാനിക്കുന്നതാണ്.

ബഡ്ജറ്റിന്റെ ആധികാരികത

ബഡ്ജറ്റ്, സർക്കാരിന്റെ ധനകാര്യ വിവരങ്ങൾ സംബന്ധിച്ച സുപ്രധാന രേഖയാണ്. അത് നിയമസഭയിൽ അവതരിപ്പിച്ച് സഭയുടെ മേശപ്പുറത്തുവച്ചതിനുശേഷം മാത്രമേ അംഗങ്ങൾക്കുപോലും വിതരണം ചെയ്യാൻ പാടുള്ളൂ. അതിനുശേഷമേ അതൊരു നിയമസഭാ രേഖയാവുകയുള്ളൂ. പൊതുജനത്തിനും പത്രക്കാർക്കും മറ്റു മാധ്യമങ്ങൾക്കും മറ്റെല്ലാവർക്കും ബഡ്ജറ്റ് രേഖ ലഭ്യമാകുന്നത് ഈ നിയമസഭാ നടപടിക്രമം പൂർത്തിയാക്കിയതിന് ശേഷമാണ്. അതുവരെ അതിനൊരു രഹസ്യസ്വഭാവമുണ്ട്. ഇന്ത്യൻ പാർലമെന്ററി നടപടി ക്രമങ്ങളുടെ ആധികാരിക ഗ്രന്ഥമായ *കൗൾ ആന്റ് ശക്തറിൽ* പറയുന്നത്, പാർലമെന്റിലോ, നിയമസഭയിലോ അവതരിപ്പിക്കുന്നതുവരെ ബഡ്ജറ്റ് ഒരു രഹസ്യരേഖയാണ്. സഭയിൽ അവതരിപ്പിക്കുന്നതിന് മുമ്പ് ബഡ്ജറ്റ് ചോർന്നാൽ അത് സഭയുടെ പ്രിവിലേജ് ലംഘനവും ആവില്ല എന്നും പ്രസ്തുത ഗ്രന്ഥത്തിൽ പറയുന്നുണ്ട്. എന്നാൽ ഉചിതമെങ്കിൽ ബഡ്ജറ്റ് ചോർന്ന സാഹചര്യത്തെ സംബന്ധിച്ച് അന്വേഷിക്കാൻ സ്പീക്കർക്ക് ഉത്തരവ് നൽകാവുന്നതാണ്.

ബഡ്ജറ്റ് ചോർച്ച

1957 ൽ അച്ചുതമേനോൻ ധനകാര്യമന്ത്രിയായിരുന്നപ്പോൾ 1957-58 ധനകാര്യ വർഷത്തെ ബഡ്ജറ്റ് 07.06.1957 ൽ സഭയിൽ അവതരിപ്പിക്കുകയുണ്ടായി. എന്നാൽ 05.06.1957 ലെ *കൗമുദി* പത്രത്തിൽ കേരളത്തിന് മൂന്നുകോടിയോളം രൂപയുടെ കമ്മി ബഡ്ജറ്റ് എന്ന തലക്കെട്ടിൽ ബഡ്ജറ്റ് സംബന്ധിച്ച ഒരു വാർത്ത പ്രസിദ്ധീകരിക്കുകയുണ്ടായി. അത് സംബന്ധിച്ച് അച്ചുതമേനോൻ ബഡ്ജറ്റ് പ്രസംഗത്തിന് മുമ്പായി ഒരു പ്രസ്താവന സഭയിൽ നടത്തുകയുണ്ടായി. തുടർന്ന് സർക്കാർ തീരുമാനപ്രകാരം ചോർച്ചയുടെ സ്രോതസ്സ് കണ്ടുപിടിച്ച് നിയമനടപടി സ്വീകരിക്കാനായി പൊലീസിനെ ചുമതലപ്പെടുത്തി. പൊലീസ് നടപടിയിൽ ആർ എസ് പി മുഖപത്രമായ *കൗമുദി*യുടെ പത്രാധിപരും ലേഖകനും പ്രതികളാവുകയും പിന്നീട് അവരെ വിചാരണ ചെയ്ത് തിരുവനന്തപുരം ജില്ലാ കോടതി പിഴശിക്ഷ വിധിക്കുകയും ചെയ്തു. ശിക്ഷ പിന്നീട് ഹൈക്കോടതി ശരിവയ്ക്കുകയും ചെയ്തു. അന്വേഷണത്തിൽ ബഡ്ജറ്റ് ചോർന്നത് സർക്കാർ പ്രസിൽനിന്നാണ് എന്ന് കണ്ടെത്തിയിരുന്നു. പൊലീസ് അന്വേഷണം കൂടാതെ സ്പീക്കർ തന്റെ വിവേചനാധികാരം ഉപയോഗിച്ച് പ്രിവിലേജ് കമ്മിറ്റിയെക്കൊണ്ട് അന്വേഷിപ്പിച്ച് നടപടി സ്വീകരിക്കണമെന്നും ബഡ്ജറ്റ് ചോർന്നതിന്റെ ധാർമ്മിക ഉത്തരവാദിത്വം ഏറ്റെടുത്ത് ധനകാര്യമന്ത്രി അച്ചുതമേനോൻ രാജിവയ്ക്കണമെന്ന് അടിയന്തരപ്രമേയം അവതരിപ്പിച്ചുകൊണ്ട് അന്നത്തെ അംഗം എം നാരായണക്കുറുപ്പ് ആവശ്യപ്പെടുകയുണ്ടായി. എന്നാൽ വസ്തുത പരിശോധിച്ച സ്പീക്കർ അപ്രകാരം പ്രിവിലേജ് ലംഘനം നടന്നിട്ടില്ല എന്നും

സർക്കാർ ചോർച്ച സംഗതി അന്വേഷിക്കുന്നതിനാൽ പ്രിവിലേജ് കമ്മിറ്റി അതേ വിഷയം അന്വേഷിക്കേണ്ടതില്ല എന്നും റൂൾ ചെയ്തു. സമാന മായി 2001-2002 ലെ ധനകാര്യ ബഡ്ജറ്റ് അന്നത്തെ ധനകാര്യമന്ത്രി ശങ്കരനാരായണൻ അവതരിപ്പിച്ചപ്പോൾ അന്നത്തെ അംഗം കോടിയേരി ബാലകൃഷ്ണൻ ക്രമപ്രശ്നം ഉന്നയിച്ച് ബഡ്ജറ്റ് ചോർന്നതായി പ്രസ്താ വിച്ചിരുന്നു. 2011-12 ലെ ബഡ്ജറ്റ് സമ്മേളനത്തിലും ധനകാര്യമന്ത്രി കെ എം മാണിയിൽ നിന്ന് ബഡ്ജറ്റ് വിവരങ്ങൾ ചോർന്നു എന്നാരോപിച്ച് കോടിയേരി ബാലകൃഷ്ണൻ ക്രമപ്രശ്നം ഉന്നയിച്ചിരുന്നു. മന്ത്രി സത്യ പ്രതിജ്ഞാ ലംഘനം നടത്തിയതായി ആരോപിച്ചതിനാൽ അന്നത്തെ സ്പീക്കർ ജി കാർത്തികേയൻ സത്യപ്രതിജ്ഞാലംഘനവും ഭരണഘ ടനാ ലംഘനവും നടന്നിട്ടില്ല എന്ന് റൂൾ ചെയ്തിട്ടുണ്ട്.

ബഡ്ജറ്റും ഔദ്യോഗിക രഹസ്യനിയമവും

1957 ൽ *കൗമുദി*ക്കെതിരെ ബഡ്ജറ്റ് ചോർന്നതിന് കേസ്സെടുത്തത് ഔദ്യോഗിക രഹസ്യ നിയമം 1923 വകുപ്പ് 5(1) പ്രകാരമായിരുന്നു. എന്നാൽ പ്രസ്തുത നിയമപ്രകാരം ഇപ്പോൾ കേസ് രജിസ്റ്റർ ചെയ്യാൻ നിയമതടസ്സമുണ്ട്. 2005 ൽ വിവരാവകാശ നിയമം പ്രാബല്യത്തിൽ വന്ന തോടെ ഔദ്യോഗിക രഹസ്യനിയമം അപ്രസക്തമായിത്തീരുകയാണ് ചെയ്തത്. വിവരാവകാശനിയമം 8(2) 22-ാം വകുപ്പുകൾപ്രകാരം ഔദ്യോ ഗിക രഹസ്യനിയമത്തിന്റെ വകുപ്പുകൾക്ക് നിയമപ്രാബല്യം ഇല്ലാതാ യി. അതിനാൽ ബജ്ഡറ്റ് വിവരം ചോർന്നാൽ തന്നെ അതിനുത്തരവാദി യായവരെ ഔദ്യോഗിക രഹസ്യനിയമത്തിലെ വകുപ്പുപ്രകാരം ശിക്ഷി ക്കാൻ കഴിയില്ല. മാത്രമല്ല, ഔദ്യോഗിക രഹസ്യനിയമത്തിന്റെ പരിധി ക്കുള്ളിൽ വരുന്ന തരത്തിൽ ബഡ്ജറ്റിലെ യാതൊരു രഹസ്യവിവരവും ഈ സംഭവത്തിൽ ചോർന്നിട്ടുമില്ല. ധനകാര്യമന്ത്രിയുടെ ഓഫീസിൽ നിന്നും തയ്യാറാക്കി പത്രക്കാർക്ക് വിതരണം ചെയ്യുന്നതിനായി നൽകി യിരുന്ന രേഖകളിൽ ബഡ്ജറ്റിന്റെ പ്രസക്ത വിവരം മാത്രമാണ് ചോർന്നി രുന്നത്. അത് പത്രക്കാർക്ക് ലഭ്യമായി എന്നതൊഴിച്ചാൽ ബഡ്ജറ്റിലെ രഹസ്യ വിവരങ്ങൾ ചോർന്നു എന്നു കണക്കാക്കാവുന്നതല്ല. ധനകാര്യ മന്ത്രിയുടെ വിശദീകരണം സൂചിപ്പിക്കുന്നത് ഇത് സംബന്ധിച്ച് യാതൊരു ഗൂഢാലോചനയും ഉണ്ടായിട്ടില്ല എന്നുമാണ്. അങ്ങനെയെങ്കിൽ ബഡ്ജറ്റ് ചോർത്തിയ വ്യക്തി സർക്കാർ ഉദ്യോഗസ്ഥനെങ്കിൽ വകുപ്പുതല അച്ച ടക്ക നടപടി മാത്രമേ സാധിക്കുകയുള്ളൂ. സർക്കാർ ഉദ്യോഗസ്ഥനല്ല ബഡ്ജറ്റ് ചോർത്തുന്നതെങ്കിൽ ഏത് നിയമപ്രകാരം അയാൾക്കെതിരെ കേസെടുക്കും എന്നത് ഒരു നിയമപ്രശ്നമാണ്. ബഡ്ജറ്റ് വിവരങ്ങൾ സഭയിൽ അവതരിപ്പിക്കുന്നതിന് മുമ്പ് ചോർന്നാൽ സഭയ്ക്ക് പ്രിവിലേജ് ലംഘനം എന്ന നിലയിൽ നടപടിയെടുക്കാനാവില്ല. ബഡ്ജറ്റ് അവതരി പ്പിക്കവേ ചോർന്നാൽ പ്രിവിലേജ് ലംഘനം എന്ന നിലയിൽ നടപടി സ്വീകരിക്കാവുന്നതാണ്. ബഡ്ജറ്റ് വിവരം, വിവരാവകാശനിയമത്തിലെ

ഇൻഫർമേഷൻ എന്ന നിർവ്വചനത്തിൽവരുമെങ്കിൽ അതിന്റെ രഹസ്യ സ്വഭാവം നഷ്ടമാകും. അപ്രകാരം ബഡ്ജറ്റ് വിവരങ്ങൾ രഹസ്യ സ്വഭാവമുള്ള രേഖകൾ അഥവാ വസ്തുതകൾ എന്ന് ഉറപ്പിച്ച് പറയാൻ വിവരാവകാശ നിയമദൃഷ്ടിയിൽ കഴിയുമോ എന്ന കാര്യം ആഴത്തിൽ പരിശോധിക്കേണ്ടതാണ്.

വീരപ്പ മൊയ്‌ലിയുടെ നേതൃത്വത്തിലുള്ള 2-ാം ഭരണപരിഷ്കാര കമ്മീഷൻ 2006 ജൂണിൽ സമർപ്പിച്ച റിപ്പോർട്ടിൽ ഔദ്യോഗിക രഹസ്യ നിയമം 1923 പാടെ റദ്ദാക്കണമെന്ന് നിർദ്ദേശിച്ചിട്ടുണ്ട്. 1971 ൽ നിയമ കമ്മീഷനും അതിന്റെ റിപ്പോർട്ടിൽ ഔദ്യോഗിക രഹസ്യ നിയമം റദ്ദാക്കി ദേശീയ സുരക്ഷാനിയമം എന്നൊരു പുതിയ നിയമം സമഗ്രമായി നിർമ്മിക്കണമെന്ന് ആവശ്യപ്പെടുകയുണ്ടായി. 1980 ൽ കേന്ദ്ര സർക്കാർ ദേശീയ സുരക്ഷാ നിയമം പാസ്സാക്കിയെങ്കിലും ഔദ്യോഗിക രഹസ്യ നിയമം റദ്ദാക്കിയില്ല. എന്നാൽ 2005-ൽ വിവരാവകാശ നിയമം പ്രാബല്യത്തിൽ വരുകയും അതിലെ 8(2), 22 വകുപ്പുകൾ പ്രകാരം ഔദ്യോഗിക രഹസ്യനിയമം പാടെ ദുർബലമാകുകയാണ് ചെയ്തത്. സുഭാഷ് ചന്ദ്രബോസിന്റെ ദുരൂഹമരണസാഹചര്യത്തെ സംബന്ധിച്ച് ചില സർക്കാർ രേഖകൾ ഔദ്യോഗിക രഹസ്യനിയമത്തിന്റെ മറവിൽ രഹസ്യരേഖയാക്കി സർക്കാർ സൂക്ഷിച്ചത് റദ്ദാക്കി രേഖകൾ പരസ്യമാക്കണമെന്ന് സുഭാഷ് ചന്ദ്രബോസിന്റെ ബന്ധുക്കൾ ആവശ്യപ്പെടുകയുണ്ടായി. തുടർന്ന് കേന്ദ്ര സർക്കാർ 2016 ൽ കേന്ദ്ര ആഭ്യന്തര സെക്രട്ടറി എൽ സി ഗോയലിന്റെ അദ്ധ്യക്ഷതയിൽ ഒരു കമ്മിറ്റി രൂപീകരിക്കുകയും പ്രസ്തുത കമ്മിറ്റിയോട് ഔദ്യോഗിക രഹസ്യ നിയമം തുടരണോ റദ്ദാക്കണോ എന്ന് പഠിച്ച് റിപ്പോർട്ട് സമർപ്പിക്കാൻ നിർദ്ദേശിച്ചിരിക്കുകയാണ്. അതുകൊണ്ട് തന്നെ ഔദ്യോഗിക രഹസ്യനിയമത്തിന്റെ നിയമസാദ്ധ്യത ഭരണഘടനാ കോടതിയിൽ വെല്ലുവിളിക്കപ്പെടാവുന്ന നിയമപ്രശ്നവും കൂടിയാണ്.

കേരളകൗമുദി, 2017 മാർച്ച് 9

മുത്തലാഖിന്റെ നിയമപ്രശ്നങ്ങൾ

സൈറാബാനു എന്ന മുസ്ലീം വനിത മുസ്ലീം വ്യക്തി നിയമത്തിലെ ആചാരങ്ങളായ മുത്തലാഖ്, ബഹുഭാര്യാത്വം, നിക്കാഹ് ഹലാല എന്നിവ ഭരണഘടനാ വിരുദ്ധങ്ങളായ രീതികളാണെന്നും അത് മുസ്ലീം വനിതകളുടെ പൗരാവകാശലംഘനവുമാണെന്ന് ചൂണ്ടിക്കാട്ടി സുപ്രീംകോടതിയിൽ ഹർജി നൽകി. അതിൽ സുപ്രീംകോടതിയുടെ ഭരണഘടനാ ബെഞ്ച് വാദം കേട്ടു തുടങ്ങി. വ്യക്തിനിയമത്തിലെ മേൽ വിവരിച്ച മതാചാരങ്ങൾ മതേതരത്വ നിലപാട് പിന്തുടരുന്ന രാജ്യത്തിന്റെ ഭരണഘടനയ്ക്ക് വിരുദ്ധമല്ലേയെന്നും അതിന് രാജ്യം ഉത്തരവാദിയല്ലേയെന്നും ഹർജിയിൽ സൈറാബാനു ഉന്നയിക്കുന്നു.

ഭരണഘടനാ ബെഞ്ച് താഴെപ്പറയുന്ന ചോദ്യങ്ങൾ വിശദമായി പരിശോധിക്കും

1. മുത്തലാഖും ബഹുഭാര്യാത്വവും ഭരണഘടനയുടെ 25-ാം അനുച്ഛേദം അനുശാസിക്കുന്ന മതപരമായ അവകാശത്തിന്റെ കീഴിൽ സംരക്ഷിക്കപ്പെട്ടിട്ടുള്ളതാണോ?
2. മതപരമായ മൗലികാവകാശം മറ്റു പൗരാവകാശങ്ങളായ അനുച്ഛേദം 14 ൽ വരുന്ന തുല്യതാവകാശം, അനുച്ഛേദം 21 ൽ വരുന്ന ജീവിക്കാനുള്ള അവകാശം എന്നിവയ്ക്ക് വിധേയമായിട്ടുള്ളതാണോ?
3. മതത്തിൽ അധിഷ്ഠിതമായ വ്യക്തിനിയമം ഭരണഘടനാ അനുച്ഛേദം 13 ൽ പറയുന്ന നിയമം എന്ന നിർവ്വചനത്തിൽ ഉൾപ്പെടുമോ?
4. മുത്തലാഖും ബഹുഭാര്യാത്വവും ഇന്ത്യ ഒപ്പുവച്ചിട്ടുള്ള അന്തർദ്ദേശിയ കരാറുകളുമായും ഉടമ്പടികളുമായും വിയോജിക്കുന്നതാണോ?

തലാഖി-ബിത്ത അഥവാ മുത്തലാഖ്

മുത്തലാഖ് എന്നത് ശപിക്കപ്പെട്ടതും സാങ്കല്പികവുമായ ഒരുതരം വിവാഹമോചനമാണെന്ന് *ഖുറാൻ* അനുശാസിക്കുന്നു. ഒറ്റയിരുപ്പിൽ സ്വന്തം ഭാര്യയെ മൂന്ന് പ്രാവശ്യം മൊഴി ചൊല്ലുന്നതിനെയാണ് മുത്തലാഖ് എന്ന് പറയുന്നത്. ഇത് ഇസ്ലാം മതവിഭാഗത്തിൽപ്പെട്ട ഹനാഫികളാണ് കൂടുതലായും പിന്തുടരുന്നത്. ശപിക്കപ്പെട്ട വിവാഹമോചനമാണെങ്കിലും ഇത് ശരിയത്ത് നിയമപ്രകാരം ശരിയായ വിവാഹമോചനമാണ്. മുത്തലാഖ് ചൊല്ലിക്കഴിഞ്ഞാൽ ഭാര്യ ഭർത്താവിൽ നിന്ന് നിയമപരമായി വേർതിരിക്കപ്പെടുകയും അന്നു മുതൽ അവൾ ഹറാം അഥവാ പൂർണ്ണമായും നിരോധിക്കപ്പെട്ടവൾ ആയിത്തീരുകയും ചെയ്യും. മുത്തലാഖ് നടപ്പിൽവന്നുകഴിഞ്ഞാൽ ഭർത്താവിന് ഭാര്യയെ തിരികെ സ്വീകരിക്കുവാനോ ഉടൻ പുനർവിവാഹം ചെയ്യാനോ സാദ്ധ്യമല്ല. അപ്രകാരം പുനർവിവാഹം ചെയ്യണമെങ്കിൽ മൊഴി ചൊല്ലപ്പെട്ട ഭാര്യ മറ്റൊരാളെ വിവാഹം കഴിക്കുകയും അയാൾ അവളെ മൊഴി ചൊല്ലുകയോ അല്ലെങ്കിൽ വിധവയാകപ്പെടുകയോ ചെയ്യുമ്പോൾ മാത്രമേ മൊഴി ചൊല്ലിയ ഭർത്താവിന് അവളെ പുനർവിവാഹം ചെയ്യാൻ സാധിക്കുകയുള്ളൂ.

നിയമദൃഷ്ടിയിൽ മുത്തലാഖ് നിയമവിരുദ്ധമാണെന്ന് സുപ്രീംകോടതി 2002 ൽ ഷാമിം അറയുടെ കേസിൽ പ്രഖ്യാപിച്ചിട്ടുണ്ട്. ഭാര്യയെ ഭർത്താവ് ഏകപക്ഷീയമായി മുത്തലാഖ് ചൊല്ലുന്നത് വ്യക്തമായ കാരണമില്ലാതെയാണെങ്കിൽ നിയമവിരുദ്ധമാണെന്നും തലാഖിനൊപ്പം അനുരഞ്ജന പ്രക്രിയ ഫലപ്രദമായി നടത്തണമെന്നും സുപ്രീംകോടതി വിധി ഊന്നിപ്പറയുന്നു. അതോടൊപ്പം ഒരു മുസ്ലീം പുരുഷൻ നാലുതവണ വിവാഹം കഴിക്കുകയാണെങ്കിൽ നാല് ഭാര്യമാരെയും തുല്യമായി പരിഗണിക്കാൻ കഴിയണമെന്നും പ്രസ്തുത വിധി ചൂണ്ടിക്കാട്ടുന്നു. ഖുർഷിദ് അഹമ്മദ്ഖാന്റെ കേസിൽ കേന്ദ്ര സർക്കാർ ജീവനക്കാർ ബഹുഭാര്യാത്വം എന്ന വിവാഹരീതി പിന്തുടരരുത് എന്ന് സുപ്രീംകോടതി കർശനമായി വിലക്കിയിട്ടുണ്ട്. വ്യക്തി നിയമങ്ങളെ ഭരണഘടന വിഭാവനം ചെയ്യുന്ന തുല്യത, വ്യക്തിത്വമാന്യത എന്നിവയിലൂടെ നോക്കിക്കാണാവുന്ന ഒരു നിയമമായി പരിഗണിക്കാൻ കഴിയുമോ എന്നുള്ളതാണ് പ്രധാന സംഗതി. 1951 ൽ ബോംബെ ഹൈക്കോടതി നാരാസു അപ്പാമാലി എന്ന കേസിൽ വ്യക്തി നിയമങ്ങൾ ഭരണഘടനാ തത്വങ്ങളും പൗരാവകാശങ്ങളും ലംഘിക്കുന്നുണ്ടെങ്കിൽക്കൂടി അവയെ അസാധുവായി പ്രഖ്യാപിക്കാൻ സാധിക്കുകയില്ല എന്നും അതിനുള്ള കാരണമായി വ്യക്തിനിയമങ്ങൾ ഭരണഘടനയിലെ 13-ാം അനുച്ഛേദപ്രകാരം നിയമങ്ങൾ അല്ലായെന്നാണ് വ്യാഖ്യാനിച്ചത്. 1980 ൽ സുപ്രീംകോടതി ശ്രീകൃഷ്ണാസിംഗ് കേസിൽ ബോംബെ ഹൈക്കോടതിയുടെ വിധി ശരിവയ്ക്കുകയും ചെയ്തു. എന്നാൽ വിവിധ ഹൈക്കോടതികൾ വ്യത്യസ്തരീതിയിൽ ഇതിന് വ്യാഖ്യാനങ്ങൾ നൽകിയിട്ടുണ്ട്. സൈറാബാനുവിന്റെ കേസിൽ കക്ഷിയായ അഖിലേന്ത്യാ മുസ്ലീം വ്യക്തിനിയമബോർഡ് ബോംബെ

ഹൈക്കോടതിയുടെ വിധിയിൽ നിന്നുകൊണ്ട് സുപ്രീംകോടതിക്ക് മുസ്ലീം വ്യക്തിനിയമം മറ്റൊരു രീതിയിൽ വ്യാഖ്യാനിക്കാൻ അധികാരമില്ല എന്ന് വാദിക്കുന്നു.

ഇന്ത്യയിൽ ഹിന്ദു, മുസ്ലീം വ്യക്തിനിയമങ്ങൾ രൂപാന്തരപ്പെട്ട പശ്ചാത്തലം പരിശോധിക്കുമ്പോൾ കാണുന്ന ചരിത്രപരമായ വസ്തുത അവ കോളനി വാഴ്ചയുടെ പരിണിതഫലമായി ഉളവായിട്ടുള്ളതാണ് എന്നതാണ്. അവയിലൊന്നും തന്നെ മതപരമായ നിർദ്ദേശങ്ങൾക്ക് വിധേയമായിട്ടാണ് അപ്രകാരം വ്യക്തിനിയമം ക്രോഡീകരിക്കപ്പെട്ടതെന്ന് കാണുന്നില്ല. മറിച്ച്, ബ്രിട്ടീഷ് ഭരണാധികാരികൾ തന്ത്രപൂർവ്വം മതപരമായ പ്രാധാന്യത്തെ ഒഴിവാക്കി, സാമൂഹ്യജീവിതത്തെ അവരുടെ കൈപ്പിടിയിൽ ഒതുക്കുന്നതിനായി മതപരമായ വ്യക്തിനിയമത്തെ ക്രോഡീകരിക്കുകയാണുണ്ടായത്. ഓരോ പ്രാവശ്യവും ഹിന്ദുനിയമത്തിൽ ഭേദഗതികൾ വരുത്തിയപ്പോൾ അതിനെല്ലാം മതപരമായ പിന്തുണ നേടാതെ ഭരണകൂടത്തിന്റെ നിയമം നിർമ്മിക്കാനുള്ള അധികാരം ഉപയോഗിച്ചാണ് മാറ്റങ്ങൾ വരുത്തിയിരുന്നത്. അപ്രകാരമുള്ള ഒരു നിയമമാണ് 1937 ൽ പാസ്സാക്കിയ ഹിന്ദു വനിതകൾക്ക് വസ്തുക്കളിന്മേലുള്ള അവകാശനിയമം, പ്രസ്തുത നിയമപ്രകാരം മരിച്ച ഭർത്താവിന്റെ വസ്തുവിൽ ഭാര്യക്ക് അവകാശമുണ്ടെന്ന് പ്രഖ്യാപിക്കുന്നു. മുസ്ലീം വ്യക്തിനിയമത്തിലും മാറ്റങ്ങൾ വരുത്തിയതിന്റെ പിന്നിൽ സാമ്പത്തികമോ സാമൂഹികമോ ആയ ലക്ഷ്യങ്ങൾക്കപ്പുറം രാഷ്ട്രീയലക്ഷ്യമായിരുന്നു. 1937 ലെ മുസ്ലീം വ്യക്തി (ശരിയത്ത്) നിയമപ്രകാരം മുസ്ലീങ്ങൾക്ക് പരമ്പരാഗതമായ ശരിയത്ത് നിയമമാണ് ബാധകമെന്ന് പ്രഖ്യാപിക്കുകയുണ്ടായി. എന്നാൽ പ്രസ്തുത നിയമപ്രകാരം ശരിയത്ത് വിഭാവനം ചെയ്യുന്ന സമസ്തമേഖലകളെയും പ്രസ്തുത നിയമം ബന്ധിപ്പിക്കുന്നില്ല. മറിച്ച് വിവാഹം, വിവാഹമോചനം, പിന്തുടർച്ചാവകാശം, ദാനം, സ്ത്രീകളുടെ വസ്തു അവകാശം, വഖഫ് എന്നിവ സംബന്ധിച്ചു മാത്രമാണ് 1937 ലെ ശരിയത്ത് വ്യക്തിനിയമം ബന്ധപ്പെടുന്നത്. അതിന് വെളിയിലുള്ള ഘടകങ്ങളായ കരാറുകൾ, കടങ്ങൾ, കാർഷികവസ്തുക്കൾ എന്നിവയെ നിയമത്തിന്റെ പരിധിയിൽനിന്ന് ഒഴിവാക്കുകയും ചെയ്തു. ഇതിൽ വിരൽചൂണ്ടുന്ന പ്രധാന വസ്തുത എന്തെന്നാൽ മുസ്ലീം വ്യക്തിനിയമം ഭരണകൂടം ചൂണ്ടിക്കാട്ടിയ ചില ഘടകങ്ങളെ മാത്രം ബന്ധിപ്പിക്കുന്നതും മറ്റുള്ളവയെ ഒഴിവാക്കപ്പെടുകയുമാണ് ചെയ്തിട്ടുള്ളത്. ഇതുപോലെ മറ്റൊരുദാഹരണമാണ് 1939 ലെ മുസ്ലീം വിവാഹമോചന നിയമം. പ്രസ്തുത നിയമപ്രകാരം മുസ്ലീം ഭാര്യമാർക്ക് നിയമം അനുശാസിക്കുന്ന കാരണങ്ങൾ ചൂണ്ടിക്കാട്ടി ഭർത്താവിൽ നിന്ന് വിവാഹമോചനം നേടാവുന്നതാണ്. പ്രസ്തുത നിയമം മതപരമായി മുസ്ലീം വ്യക്തി നിയമത്തിൽനിന്ന് വ്യതിചലിച്ചുനിൽക്കുന്ന അവകാശമാണ് മുസ്ലീം സ്ത്രീകൾക്ക് നൽകിയിട്ടുള്ളത്. പ്രസ്തുത നിയമപ്രകാരം മുസ്ലീം വനിതകൾക്ക് ലഭിച്ചിട്ടുള്ള അവകാശം മതപരമായ അവകാശമല്ല, മറിച്ച് ഭര

ണകൂടം നിയമത്തിലൂടെ നൽകിയ അവകാശമാണ്. നിയമം നിർമ്മിക്കാനുള്ള ഭരണകൂടത്തിന്റെ പരമാധികാരമാണ് ഇത് ചൂണ്ടിക്കാണിക്കുന്നത്. അതിനാൽ മതപരമായ വ്യക്തി നിയമങ്ങൾക്ക് മതത്തിൽ നിന്ന് സംരക്ഷണമുണ്ട് എന്ന വാദം അയഥാർത്ഥവും അപ്രായോഗികവുമാണ്. പരമാധികാരമുള്ള ഒരു ഭരണകൂടത്തിന് നിയമം നിർമ്മിക്കുവാൻ പൂർണ്ണമായ അധികാരമുണ്ടെന്ന് മേൽവിവരിച്ച രണ്ട് നിയമങ്ങളും ചൂണ്ടിക്കാട്ടുന്നു. അഖിലേന്ത്യാ മുസ്ലീം വ്യക്തിനിയമ ബോർഡിന്റെ മറ്റൊരു ശൂന്യമായ വാദം സൈറാബാനു ആവശ്യപ്പെടുന്നത് മറ്റൊരു തരത്തിൽ ഏകീകൃത സിവിൽ നിയമമാണെന്നും അത് ന്യൂനപക്ഷ വിഭാഗമായ മുസ്ലീങ്ങളുടെ മേൽ അടിച്ചേൽപ്പിക്കാനാവില്ല എന്നുമാണ്. എന്നാൽ സൈറാബാനു അത്തരത്തിൽ ഏകീകൃത സിവിൽ നിയമം നടപ്പിലാക്കാൻ ആവശ്യപ്പെടുന്നില്ല. മറിച്ച് താൻ പിന്തുടരുന്ന മുസ്ലീം വ്യക്തിനിയമത്തിൽ ചില നവീകരണവും പുനരുദ്ധാരണവും വേണമെന്നാണ് ആവശ്യപ്പെട്ടിട്ടുള്ളത്. താൻ പിന്തുടരുന്ന വ്യക്തിനിയമം തന്റെ പൗരാവകാശത്തിൽ കടന്നുകയറുന്നുവെന്നും സൈറാബാനു വാദിക്കുന്നു. സൈറാബാനുവിന്റെ ആവശ്യം അംഗീകരിക്കുന്ന പക്ഷം മറ്റു മതവിഭാഗങ്ങളിൽ അവർ പിന്തുടരുന്ന വ്യക്തിനിയമത്തിലും നവീകരണവും പുനരുദ്ധാരണവും ആവശ്യപ്പെടാവുന്നതാണ്. ഇന്ത്യ എന്നത് വിവിധ ജാതി, മത, സാമൂഹ്യ വിഭാഗത്തിൽപ്പെട്ട ജനങ്ങൾ ഒത്തൊരുമയോടെ ജീവിക്കുന്ന ഒരു രാജ്യമാണ്. അതിൽ വ്യത്യസ്ത മതസ്ഥരും വിഭാഗങ്ങളും അവരവരുടെ മതവിശ്വാസത്തെ പിന്തുടർന്ന് അവരവരുടെ ദൈവത്തെ പല മാർഗ്ഗങ്ങളിലൂടെ അന്വേഷിക്കുകയാണെന്ന വസ്തുത ഈ അവസരത്തിൽ ഓർക്കേണ്ടതുമാണ്.

കേരളകൗമുദി, 2017 മെയ് 12

ഗവർണ്ണറുടെ സന്തോഷം

ഗവർണ്ണറുടെ സന്തോഷം എന്നത് ഭരണഘടനയുടെ അനുച്ഛേദം 164 ലാണ് വരുന്നത്. അതിന്റെ അർത്ഥവ്യാപ്തി ഗവർണ്ണറുടെ വ്യക്തിപരമായ സന്തോഷമല്ലെന്ന് സുപ്രീം കോടതി കാലാകാലങ്ങളിൽ വ്യാഖ്യാനിച്ച് സ്ഥാപിച്ചിട്ടുണ്ട്. 1974 ലെ ഏഴംഗ ഭരണ ഘടന ബെഞ്ച് ഷംസർ സിംഗ് കേസിൽ പറഞ്ഞത്, പ്രസിഡന്റും ഗവർണ്ണറും തിരഞ്ഞെടുക്കപ്പെട്ട കേന്ദ്ര സംസ്ഥാന സർക്കാരുകളുടെ നിർദ്ദേശാനുസരണമാണ് പ്രവർത്തിക്കേണ്ടത് എന്നാണ്. സംസ്ഥാന ഭരണകൂടത്തിന്റെ തലവനായാണ് ഗവർണ്ണർ പ്രവർത്തിക്കേണ്ടത്. അതിനാൽ, ഗവർണ്ണറുടെ സന്തോഷം എന്നത് ഭരണഘടന ആവശ്യപ്പെടുന്ന സന്തോഷം എന്നല്ലാതെ വ്യക്തിപരമായ സന്തോഷം എന്നല്ല. അതായത്, മന്ത്രിസഭയുടെ പരസ്പരവിശ്വാസം ഉണ്ടായിരിക്കുന്നിടത്തോളം മുഖ്യമന്ത്രിക്ക് തന്റെ മന്ത്രിമാരിൽ വിശ്വാസമുള്ളിടത്തോളം, മന്ത്രിസഭയ്ക്ക് ഭൂരിപക്ഷമുള്ളിടത്തോളം ഗവർണ്ണറുടെ സന്തോഷവും അതോടൊപ്പം ഭരണഘടന വാഗ്ദാനം ചെയ്യുന്നു.

ഗവർണ്ണർക്ക് വിവേചനാധികാരം വളരെ കുറവാണെന്നും പ്രസിഡന്റിന് വിവേചനാധികാരം ഒട്ടുമില്ലെന്നും 2016 ൽ നബാം റേബിയ കേസിൽ സുപ്രീംകോടതി വ്യക്തമാക്കി. തിരഞ്ഞെടുക്കപ്പെട്ട ഒരു സർക്കാരിന് ഭൂരിപക്ഷമുള്ള കാലത്തോളം സർക്കാരിനേയും നിയമസഭയേയും മറികടക്കാൻ ഗവർണ്ണർക്ക് ഒരധികാരവും ഭരണഘടന നൽകുന്നില്ലെന്ന് പ്രസ്തുത കേസിൽ സുപ്രീം കോടതി പറയുന്നു. സർക്കാരിന്റെ സുഗമമായ പ്രവർത്തനത്തിനായി നിയമസഭ പാസ്സാക്കുന്ന നിയമത്തിന് ഭരണഘടനാ സാധുത ഉണ്ടെന്നാണ് നിയമം പറയുന്നത്. അത് ലഭിച്ചു കഴിഞ്ഞാൽ കാലതാമസം കൂടാതെ അംഗീകരിക്കുകയോ, നിർദ്ദേ

ശങ്ങൾ ചൂണ്ടിക്കാട്ടി തിരിച്ചയക്കയോ, അതല്ല കൺകറന്റ് ലിസ്റ്റിലെ വിഷയമാണെങ്കിൽ പ്രസിഡന്റിനയക്കുകയും ചെയ്യാമെന്ന് അനുച്ഛേദം 200 പറയുന്നു. എന്നാലത് കഴിവതും വേഗതയിൽ ചെയ്യണമെന്നും അല്ലാതെ നിയമസഭ പാസ്സാക്കിയ ബില്ലിൽ അടയിരിക്കരുതെന്നും സുപ്രീംകോടതി പറയുന്നു. ഗവർണ്ണറുടെ നടപടികൾ കോടതിയിൽ ചോദ്യം ചെയ്യാൻ പാടില്ല എന്ന് അനുച്ഛേദം 361 പറയുന്നു. എന്നാലത് ഗവർണ്ണറുടെ നിയമപരമായ നടപടികൾക്കുള്ള സംരക്ഷണമാണ്. ബില്ലൊപ്പിടാതെയോ, തിരിച്ചയക്കാതെയോ അന്യായ കാലതാമസം വരുത്തുന്നതോ ആയ പ്രവർത്തികൾക്ക് നിയമസംരക്ഷണം ലഭിക്കില്ലായെന്നും അത്തരം ദുരുദ്ദേശപരമായ കാര്യങ്ങൾക്ക് അനുച്ഛേദം 361 ന്റെ സംരക്ഷണം ലഭിക്കില്ല എന്നും പറഞ്ഞിട്ടുണ്ട്.

2006 ൽ രാമേശ്വര പ്രസാദ് കേസിലും ഭരണഘടന ബെഞ്ച് പറഞ്ഞത് ഗവർണ്ണറുടെ വിവേചനാധികാരം ഭരണഘടന പ്രത്യക്ഷത്തിൽ പറയുന്നതിനപ്പുറം കടക്കുന്നതല്ല എന്നാണ്.

2013 ൽ ആർ എ മേത്തയുടെ കേസിൽ സുപ്രീംകോടതി പറഞ്ഞത്, ഭരണഘടന പ്രത്യക്ഷത്തിൽ നിഷ്കർഷിക്കുന്നവയൊഴിച്ച് എല്ലാ സന്ദർഭങ്ങളിലും മന്ത്രിസഭയുടെ ഉപദേശമനുസരിച്ചാണ് ഗവർണ്ണർ പ്രവർത്തിക്കേണ്ടത്. അല്ലാത്ത തീരുമാനങ്ങൾക്ക് ഭരണഘടനയുടെ പരിരക്ഷയില്ലാത്തതിനാൽ ഭരണഘടനാ വിരുദ്ധമാവും.

മുഖ്യമന്ത്രിയുടെ ശുപാർശയിലൂടെയാണ് ഗവർണ്ണർ മറ്റ് മന്ത്രിമാരെ നിയമിക്കുന്നത്. നിയമിക്കുന്നു എന്നത് ഭരണഘടന നൽകുന്ന ഒരു അധികാരമാണ്. നിയമിക്കാൻ അധികാരമുണ്ട് അതിനാൽ മന്ത്രിമാരെ നീക്കം ചെയ്യാനും പിൻവലിക്കാനും അധികാരമുണ്ട് എന്ന് വ്യാഖ്യാനിക്കാനാവില്ല. അപ്രകാരം അധികാരം ഭരണഘടനയുടെ അനുച്ഛേദം 164 ഗവർണ്ണർക്ക് നൽകുന്നില്ല. മന്ത്രിയെ നീക്കാൻ മുഖ്യമന്ത്രിയുടെ ഉപദേശം ആവശ്യമാണ്. തനിക്ക് വിവേചനാധികാരം ഉണ്ട്, അതിനാൽ മന്ത്രിമാരെ പിൻവലിക്കാൻ കഴിയും എന്ന് ഗവർണ്ണർ കരുതുന്നത് ഫെഡറൽ സ്വഭാവത്തിന് എതിരാണ്. അത് ഭരണഘടനയുടെ അടിസ്ഥാന ഘടനാ പ്രമാണത്തിനെതിരാണ് (basic structure).

ഗവർണ്ണറും മന്ത്രിസഭയും പരസ്പര വിശ്വാസത്തിൽ പൂരകമായി പ്രവർത്തിക്കേണ്ടതാണ്. തന്റെ സർക്കാരാണ് സംസ്ഥാനം ഭരിക്കുന്നത് എന്നാണ് ഗവർണ്ണർ കരുതേണ്ടത്. അല്ലാതെ താൻ ഹെഡ്മാസ്റ്ററും മുഖ്യമന്ത്രിയും മന്ത്രിമാരും തന്റെ സ്കൂളിലെ വിദ്യാർത്ഥികളും അതിനാൽ താൻ വിചാരിച്ചാൽ ക്ലാസിൽനിന്ന് പുറത്താക്കും എന്ന് കരുതുന്നത് അപക്വമാണ്. ഭരണഘടനാ പദവി വഹിക്കുന്നവർ പക്വതയോടെയും പരിപാവനതയോടെയും ഭരണഘടനാമൂല്യങ്ങൾ കാത്തുസൂക്ഷിക്കണം.

ധനമന്ത്രിയോട് രാജിവെക്കാൻ ആവശ്യപ്പെട്ട് ഗവർണ്ണർ മുഖ്യമന്ത്രിക്ക് കത്ത് നൽകി പുതിയ വിവാദത്തിന് ഗവർണ്ണർ തിരികൊളുത്തിയതാണല്ലോ പുതിയ സംഭവം. ഗവർണ്ണർക്ക് അത്തരത്തിൽ തന്റെ

സന്തോഷം അഥവാ പ്രീതി (pleasure) പിൻവലിക്കാൻ കഴിയുമോ? അപ്രകാരം സന്തോഷം പിൻവലിച്ചാൽ എന്തായിരിക്കും സ്ഥിതി? ഇതൊന്നു പരിശോധിക്കാം.

നമ്മുടേത് ഒരു പാർലമെന്ററി ജനാധിപത്യ ഭരണസംവിധാനമാണ്. അതിൽ കാബിനറ്റ് മന്ത്രിസഭാ സമ്പ്രദായത്തിലാണ് ഭരണം നടക്കുന്നത്. ഇംഗ്ലണ്ടിൽ നിന്ന് സ്വീകരിച്ച രീതിയാണിത്. ഇതാണ് സംസ്ഥാന ഭരണത്തെ സംബന്ധിച്ച് ഭരണഘടന അനുച്ഛേദം 164 വ്യക്തമാക്കുന്നത്. ജനങ്ങൾ തിരഞ്ഞെടുത്ത ജനപ്രതിനിധികളിൽനിന്നും ഭരണത്തിനായി മുഖ്യമന്ത്രിയേയും അദ്ദേഹത്തിന്റെ മന്ത്രിമാരേയും വിജയിച്ച ഭൂരിപക്ഷ കക്ഷി തെരഞ്ഞെടുക്കുന്നു. അവരെ ഗവർണ്ണർ നിയമിക്കുന്നു. ഗവർണ്ണർ രാഷ്ട്രപതി നോമിനേറ്റ് ചെയ്ത ഭരണത്തലവനാണെങ്കിലും ഗവർണ്ണറിൽ ഭരണാധികാരം നിക്ഷിപ്തമല്ല. ഗവർണ്ണറുടെ പേരിൽ മന്ത്രിസഭയാണ് ഭരണം നടത്തുന്നത്. നയം തീരുമാനിക്കുന്നതും അത് നടപ്പാക്കാനായി നിയമം നിർമ്മിക്കുന്നതും മന്ത്രിസഭയാണ്. നോമിനേറ്റഡ് ഗവർണ്ണർക്ക് ഭരണത്തിൽ ഇടപെടാൻ അധികാരമില്ല. തന്റെ മന്ത്രിമാരെ തീരുമാനിക്കാനും അവരെ നിയമിക്കാനും അവരെ പിൻവലിക്കാനും ശുപാർശ ചെയ്യാനുള്ള അധികാരം മുഖ്യമന്ത്രിക്കാണ്. മന്ത്രിമാർ രാജിക്കത്ത് നൽകുന്നത് മുഖ്യമന്ത്രിക്കാണ്. ഇതിനിടയിൽ ഗവർണ്ണർക്ക് ഭരണഘടന യാതൊരു റോളും നൽകുന്നില്ല. ഭരണഘടനയിൽ ഇക്കാര്യത്തിൽ ഗവർണ്ണർക്ക് യാതൊരു വിവേചനാധികാരവും നൽകിയിട്ടുമില്ല. അനുച്ഛേദം 164 മുതൽ 200 വരെ പരിശോധിച്ചാൽ ഇത് വ്യക്തമാവും. അതുപോലെ ഗവർണ്ണറുടെ വ്യക്തിപരമായ സന്തോഷമല്ല അനുച്ഛേദം 164 വിഭാവനചെയ്യുന്നതും. ഭരണഘടനാ ചുമതലയാണത്. അത് വിവേചനാധികാരമായി ഉപയോഗിച്ച് സന്തോഷം ഗവർണ്ണർക്ക് തോന്നുമ്പോൾ പിൻവലിക്കാനുള്ളതല്ല. മന്ത്രിസഭയ്ക്ക് ഭൂരിപക്ഷം ഉള്ളിടത്തോളം, മുഖ്യമന്ത്രിക്ക് തന്റെ മന്ത്രിമാരിൽ വിശ്വാസം ഉണ്ടായിരിക്കുന്നിടത്തോളം ഗവർണ്ണറുടെ സന്തോഷവും അതോടൊപ്പം ഭരണഘടന വാഗ്ദാനം ചെയ്യുന്നു. ഭരണഘടനാ വിരുദ്ധമായി മന്ത്രിമാർ പ്രവർത്തിച്ചാൽ അത് ചൂണ്ടിക്കാട്ടി തിരുത്താൻ ആവശ്യപ്പെട്ട് മുഖ്യമന്ത്രിക്ക് ഗവർണ്ണർ കത്തെഴുതാം എന്നല്ലാതെ തന്റെ സന്തോഷം പിൻവലിച്ച് മന്ത്രിസഭയെ തകിടം മറിക്കാനുള്ള ഒരധികാരവും ഭരണഘടന ഗവർണ്ണർക്ക് നല്കുന്നില്ല. സ്വന്തം ഇഷ്ടപ്രകാരം വിവേചനാധികാരം എന്ന ഇല്ലാത്ത അധികാരം ഉയർത്തിക്കാട്ടി സന്തോഷം പിൻവലിക്കാൻ ഗവർണ്ണർക്ക് കഴിയില്ല. കാരണം ഭരണഘടന സ്പഷ്ടമായി അത്തരം ഒരധികാരം ഗവർണ്ണർക്ക് നൽകിയിട്ടില്ല.

ദേശാഭിമാനി 29.10.2022

സർവ്വകലാശാല നിയമമോ യു ജി സി റെഗുലേഷനോ മേൽക്കോയ്മ?

കേരളത്തിലെ ഏ പി ജെ അബ്ദുൽ കലാം സാങ്കേതിക സർവ്വകലാശാലയിലെ വൈസ് ചാൻസലർ ഡോക്ടർ രാജശ്രീയുടെ നിയമനം സുപ്രീംകോടതി അസ്ഥിരപ്പെടുത്തി. തുടർന്ന് പ്രസ്തുത വിധിയുടെ അടിസ്ഥാനത്തിൽ ചാൻസലറായ ഗവർണ്ണർ മറ്റ് സർവ്വകലാശാലകളിലെ വി സിമാരോട് പിരിച്ചുവിടാതിരിക്കാൻ കാരണം കാണിക്കൽ നോട്ടീസ് നൽകിയിരിക്കയാണ്. വിഷയം ഹൈക്കോടതിയുടെ പരിഗണനയിലുമാണിപ്പോൾ. രാജശ്രീയുടെ കേസിൽ കേരള ഹൈക്കോടതി സിംഗിൾ ബഞ്ചും, ഡിവിഷൻ ബഞ്ചും വി സിക്കനുകൂലമായി വിധിച്ചപ്പോൾ സുപ്രീംകോടതി മറിച്ചാണ് വിധിച്ചത്. കേരള ഹൈക്കോടതി കണ്ടത് യു.ജി.സി. റെഗുലേഷൻ കേരള സർക്കാർ സ്വീകരിച്ചിട്ടില്ലാത്തതിനാൽ അതിൻ പ്രകാരം സേർച്ച് കമ്മിറ്റി പ്രവർത്തിക്കേണ്ടതില്ല എന്നാണ്. എന്നാൽ, സുപ്രീംകോടതി വിഷയത്തെ മറ്റൊരു തരത്തിലാണ് പരിഗണിച്ചത്. അതൊന്നു പരിശോധിക്കാം.

(1) കേരള നിയമസഭ പാസ്സാക്കിയ 2015-ലെ സർവ്വകലാശാല നിയമത്തിലാണ് വി സി നിയമനം പറയുന്നത്. വി സിയെ നിയമിക്കാനുള്ള അധികാരം ചാൻസലർക്ക് നിയമം നൽകുന്നു.

(2) അതിനായി യൂണിവേഴ്സിറ്റി സേർച്ച് കമ്മിറ്റിയെ നിയമിച്ച് പ്രസ്തുത കമ്മിറ്റി ഒന്നിൽക്കൂടുതൽ യോഗ്യതയുള്ള അപേക്ഷകരുടെ ലിസ്റ്റ് ചാൻസലർക്ക് സമർപ്പിക്കണം. അതിൽ നിന്നൊരാളെ ചാൻസലർ വി സിയായി നിയമിക്കുന്നു.

(3) ഈ നിബന്ധന സർവ്വകലാശാല നിയമത്തിലുള്ളതല്ല, മറിച്ച് യു ജി സി റെഗുലേഷനാണ്.

(4) ഈ റെഗുലേഷനു വിരുദ്ധമായി രാജശ്രീയുടെ പേരുമാത്രമാണ് സേർച്ച് കമ്മിറ്റി അയച്ചത്. അത് റെഗുലേഷന് വിരുദ്ധമാണ് എന്നാണ് സുപ്രീംകോടതി കണ്ടെത്തിയത്.

(5) വിദ്യാഭ്യാസം ഭരണഘടനയുടെ കൺകറന്റ് ലിസ്റ്റിൽ (ഷെഡ്യൂൾ ഏഴിൽ, ലിസ്റ്റ് മൂന്നിൽ 25-ാം വിഷയം) വരുന്ന വിഷയമാണ്. അതിൽ സംസ്ഥാനത്തിനും പാർലമെന്റിനും നിയമം നിർമ്മിക്കാം. എന്നാൽ, അപ്രകാരം സംസ്ഥാനവും പാർലമെന്റും നിയമം നിർമ്മിച്ചാൽ അവ തമ്മിൽ വൈരുദ്ധ്യം വന്നാൽ (repugnancy) കേന്ദ്ര നിയമം സംസ്ഥാന നിയമത്തിനുമേൽ മേൽക്കോയ്മ നേടുകയും അത് പ്രാബല്യത്തിൽ വരുകയും ചെയ്യുന്നു എന്നാണ് ഭരണഘടനയുടെ അനുച്ഛേദം 254(1) പറയുന്നത്.

(6) അനുച്ഛേദം 254(1) പ്രകാരം സംസ്ഥാന സർവ്വകലാശാല നിയമം യു ജി സി. റെഗുലേഷനുമായി വൈരുദ്ധ്യം വരുന്നതിനാൽ യു ജി സി റെഗുലേഷനാണ് പ്രാബല്യമെന്നും, റെഗുലേഷനു വിരുദ്ധമായ നിയമനമാകയാൽ അത് അസാധുവാക്കുന്നു എന്നുമാണ് സുപ്രീം കോടതി കണ്ടെത്തിയത്.

നിയമനിർമ്മാണം രണ്ടുതരമുണ്ട്. സുപ്രീം ലെജിസ്ലേഷനും സബോർഡിനേറ്റ് ലെജിസ്ലേഷനും. സുപ്രീം ലെജിസ്ലേഷൻ എന്നാൽ പരമാധികാര നിയമം നിർമ്മിക്കൽ എന്നാണ്. അത്തരം നിയമം നിർമ്മിക്കാൻ പാർലമെന്റിനും സംസ്ഥാന നിയമ സഭയ്ക്കുമാണ് അധികാരം. അത് ഭരണഘടന നൽകുന്ന അധികാരമാണ്. സബോർഡിനേറ്റ് ലെജിസ്ലേഷൻ സുപ്രീം അല്ല. മറിച്ച് പാർലമെന്റോ, സംസ്ഥാന നിയമസഭയോ പാസ്സാക്കിയ സുപ്രീം നിയമം നടപ്പാക്കാൻ ആവശ്യമായ ചട്ടങ്ങളും, റെഗുലേഷനും നിർമ്മിക്കാൻ ഉദ്യോഗസ്ഥർക്ക് ചുമതല നൽകുന്നതാണ് സബോർഡിനേറ്റ് ലെജിസ്ലേഷൻ അധികാരം. അപ്രകാരം ഡെലിഗേറ്റ് ചെയ്ത ഉദ്യോഗസ്ഥർ നിർമ്മിക്കുന്ന ചട്ടങ്ങളും, റെഗുലേഷനുമാണ് സബോർഡിനേറ്റ് ലെജിസ്ലേഷൻ. സുപ്രീം ലെജിസ്ലേഷനായി പാർലമെന്റിലും നിയമസഭയിലും ബിൽ അവതരിപ്പിച്ച് പാസ്സാക്കി അത് പ്രസിഡന്റോ, ഗവർണ്ണറോ ഒപ്പിടുമ്പോഴാണ് അത് നിയമമാവുന്നത്. എന്നാൽ, സബോർഡിനേറ്റ് ലെജിസ്ലേഷൻ അപ്രകാരം നിയമ നടപടികളിലൂടെ പാർലമെന്റിലോ, നിയമസഭയിലോ അവതരിപ്പിച്ച് പാസ്സാക്കുന്നില്ല. പ്രസിഡന്റിന്റെയോ ഗവർണ്ണറുടെയോ ഒപ്പും സമ്മതവും ആവശ്യമില്ല. നിയമസഭയിലോ പാർലമെന്റിലോ അത് സമർപ്പിച്ചാൽ മതി. അതായത് സുപ്രീം ലെജിസ്ലേഷൻ പിന്തുടരുന്ന നിയമ നിർമ്മാണ നടപടികൾ സബോർഡിനേറ്റ് ലെജിസ്ലേഷൻ അനുവർത്തിക്കുന്നില്ല.

അനുച്ഛേദം 254(1) പരിശോധിച്ചാൽ വ്യക്തമാകുന്നത് കൺകറന്റ് ലിസ്റ്റിലെ പാർലമെന്റ് പാസ്സാക്കിയ നിയമവും സംസ്ഥാന നിയമസഭ പാസ്സാക്കിയ നിയമവും തമ്മിൽ പരസ്പര വൈരുദ്ധ്യംവരുമ്പോഴാണ്

പാർലമെന്റ് പാസ്സാക്കിയ നിയമം പ്രാബല്യശക്തി നേടുന്നത്. അതായത്, പാർലമെന്റും, സംസ്ഥാന നിയമസഭയും പാസ്സാക്കിയ സുപ്രീം ലെജിസ്ലേഷൻ തമ്മിലാണ് വൈരുദ്ധ്യം വരേണ്ടത്. അല്ലാതെ, സംസ്ഥാനം പാസ്സാക്കിയ സുപ്രീം ലെജിസ്ലേഷനും പാർലമെന്റ് പാസ്സാക്കാത്ത സബോർഡിനേറ്റ് ലെജിസ്ലേഷനും തമ്മിലുള്ള വൈരുദ്ധ്യമല്ല അനുച്ഛേദം 254(1) പ്രകാരം പരിഗണിക്കേണ്ടത്. യു.ജി.സി. റെഗുലേഷൻ സബോർഡിനേറ്റ് ലെജിസ്ലേഷൻ ആകയാൽ അതിന് സംസ്ഥാന നിയമസഭ പാസ്സാക്കിയ സുപ്രീം ലെജിസ്ലേഷനായ സർവ്വകലാശാല നിയമം 2015-നെ മറികടക്കാൻ സാദ്ധ്യമല്ല എന്നാണ് അനുച്ഛേദം 254(1) വായിച്ചാൽ വ്യക്തമാവുന്നത്.

തുല്യതയുള്ള നിയമങ്ങൾ തമ്മിലുള്ള വൈരുദ്ധ്യമാണ് അനുച്ഛേദം 254(1) പ്രകാരം പരിശോധിക്കേണ്ടത്. തുല്യതയില്ലാത്ത സുപ്രീം ലെജിസ്ലേഷനായ സർവ്വകലാശാല നിയമവും സബോർഡിനേറ്റ് ലെജിസ്ലേഷനായ യു.ജി.സി. റെഗുലേഷനും തമ്മിലുള്ള വൈരുദ്ധ്യമല്ല അനുച്ഛേദം 254(1) പ്രകാരം പരിശോധിക്കേണ്ടത്. പാർലമെന്റ് പാസ്സാക്കാത്ത യു.ജി.സി. റെഗുലേഷന് സംസ്ഥാന നിയമസഭ പാസ്സാക്കിയ സർവ്വകലാശാല നിയമത്തിനു മുകളിൽ പ്രാബല്യ അധികാരമില്ല.

മാത്രവുമല്ല, 1956 ലെ യു ജി സി നിയമം (ഈ നിയമം പാർലമെന്റ് പാസ്സാക്കിയ സുപ്രീം ലെജിസ്ലേഷനാണ്) 26(1)(ഇ)(ജി) വകുപ്പു പ്രകാരമാണ് യു ജി സി ഉദ്യോഗസ്ഥർക്ക് സബോർഡിനേറ്റ് ലെജിസ്ലേഷനായ റെഗുലേഷൻ നിർമ്മിക്കാൻ അധികാരം നൽകിയിട്ടുള്ളത്. എന്നാൽ, വകുപ്പ് 26 ൽ ലിസ്റ്റ് ചെയ്തിട്ടുള്ള റെഗുലേഷൻ നിർമ്മിക്കാവുന്ന വിഷയങ്ങളിൽ വൈസ് ചാൻസലർ നിയമനം വരുന്നില്ല. അതിനാൽ, വി.സി. നിയമനത്തിനായി റെഗുലേഷൻ നിർമ്മിക്കാൻ യു ജി സി ഉദ്യോഗസ്ഥർക്ക് അധികാരവുമില്ല.

അതിനാൽ, എപ്രകാരമാണ് യു ജി സി റെഗുലേഷന് കേരള നിയമസഭ പാസ്സാക്കിയ സുപ്രീം ലെജിസ്ലേഷനായ സർവ്വകലാശാല നിയമത്തിനുമേൽ മേൽക്കോയ്മ വരുന്നത്? സുപ്രീം കോടതിയുടെ വിധി തെറ്റാണെന്ന് സമർത്ഥിക്കുകയല്ല ഈ ലേഖനത്തിന്റെ ഉദ്ദേശ്യം. എന്നാൽ, സംസ്ഥാന നിയമവും യു ജി സി റെഗുലേഷനും തമ്മിലുള്ള വൈരുദ്ധ്യത്തിൽ സുപ്രീം ലെജിസ്ലേഷനായ സർവ്വകലാശാല നിയമമല്ലേ മേൽക്കോയ്മ നേടേണ്ടത് എന്ന വിഷയം പരിശോധിച്ചു എന്നുമാത്രം.

ദേശാഭിമാനി 29.10.2022

www.ingramcontent.com/pod-product-compliance
Lightning Source LLC
LaVergne TN
LVHW060135051026
849517LV00007B/2478
* 9 7 8 9 3 9 4 7 5 3 6 4 8 *